ക്ലാസ്സിക് ബാലകഥകൾ

ബാലസാഹിത്യം

ക്ലാസ്സിക് ബാലകഥകൾ

സമ്പാദകൻ:

സലാം എലിക്കോട്ടിൽ

little green
an imprint of green books private limited
gb building, civil lane road, ayyanthole,
thrissur- 680 003, kerala, ph: +91 487-2381066, 2381039
website: www.greenbooksindia.com
e-mail: info@greenbooksindia.com

malayalam
classic balakathakal
children's story

compiled by
salam elikottil

first published february 2020

cover design : shahzad

branches:
thrissur 0487-2422515
thiruvananthapuram 0471-2335301
calicut 0495 4854662

isbn : 978-93-89671-33-9

₹ 150.00
LGPL/036/2020

ആമുഖം

ധിഷണയും ഭാഷയും മനുഷ്യനിൽ അങ്കുരിക്കുന്ന കാലത്തുതന്നെ ഉത്ഭവിച്ചതാകണം നാടോടിക്കഥകളും. ഒരുപക്ഷേ, അതായിരിക്കണം മാനവൻ സ്വയം പരിചയപ്പെടുത്തിയ ആദ്യ സാഹിത്യരൂപം. സഹസ്രാബ്ദങ്ങൾ നീണ്ട ആ വാമൊഴിക്കാലത്ത് അവനറിയാമായിരുന്ന കലയും വിനോദോപാധിയുമൊക്കെയായിരുന്നു, ആട്ടവും പാട്ടും ഗുഹാന്തർഭാഗത്തു ചുമർച്ചിത്രങ്ങൾ കോറിയിടലും മറ്റും.

എങ്കിലും ആ ഗതകാലത്തെ ജീവിതവും സംസ്കാരവും ചരിത്രവും പഠിക്കാൻ പിൽക്കാല തലമുറകൾക്കു ഏറെ ഉപകരിച്ചത് രൂപപരിണാമങ്ങൾക്കു അനുസ്യൂതം വിധേയമായി തലമുറകളിലൂടെ കൈമാറിവന്ന വാമൊഴിക്കഥകൾതന്നെയായിരുന്നു. അക്ഷരങ്ങൾ കണ്ടുപിടിച്ചതിനു ശേഷമാണ് മനുഷ്യനു ചൊൽക്കഥകൾ രേഖപ്പെടുത്താനായത്. അത്തരം കഥകളിൽ പലതും പിൽക്കാലത്ത് വളർന്നു വികസിക്കുകയും അവ ഇതിഹാസങ്ങളും പുരാണങ്ങളുമൊക്കെയായി രൂപാന്തരം പ്രാപിക്കുകയും ചെയ്തു.

ശേഷിക്കുന്നവ ഫോക് കഥകളായിത്തന്നെ നിലനിന്നു. അത്തരം പുരാവൃത്തം ഭാരതീയ, ചൈനീസ്, യവന, റോമ, അറേബ്യൻ സംസ്കൃതികളിലെല്ലാം ധാരാളമായി കാണാം. ആ മഹാശേഖരത്തിനു പുറമെ റഷ്യ, ജപ്പാൻ, ഇറ്റലി, സ്കാൻഡിനേവിയ, തുർക്കി തുടങ്ങിയ ദേശങ്ങളിൽനിന്നും കണ്ടെടുത്ത കുറേ നാടോടിക്കഥകളാണ് ഇവിടെ ചേർത്തിരിക്കുന്നത്.

പുരാതന യവന എഴുത്തുകാരനായ ഫായിഡ്രസ് (ബി.സി. 444-353) മുതൽ കഴിഞ്ഞ നൂറ്റാണ്ടിലെ പ്രശസ്ത ഐറിഷ് സാഹിത്യകാരൻ ഓസ്കാർ വൈൽഡ് (1854-1900) വരെയുള്ളവരുടെ കഥകൾ ഈ സമാഹാരത്തിലുണ്ട്. മദ്ധ്യകാലത്തായിരുന്നു യൂറോപ്പിന്റെ നാടോടിക്കഥ പറച്ചിലിന്റെ സുവർണ്ണയുഗം. അക്കാലത്ത് നൂറുക്കണക്കിന് എഴുത്തുകാർ ആയിരക്കണക്കിന് ഫോക് കഥകൾ എഴുതുകയുണ്ടായി. ഹാൻസ് ക്രിസ്ത്യൻ ആൻഡേഴ്സൺ, ലാ ഫോണ്ടെയ്ൻ, ചാൾസ് പെരാൾട്ട്, ബൊക്കാഷ്യോ, ലുയിജി കാപുവാന തുടങ്ങിയ മഹാപ്രതിഭകൾ ആ ഗണത്തിൽ പെടുന്നു.

എങ്കിലും അവരുടെയെല്ലാം കഥകൾ മലയാളത്തിൽ അപൂർവ്വമായി മാത്രമേ പ്രസിദ്ധീകൃതമായിട്ടുള്ളൂ. അവരുടെ എണ്ണമറ്റ രചനകളിൽനിന്നും ഹാസ്യരസ പ്രധാനമായ ഏതാനും കഥകൾ തെരഞ്ഞെടുത്തു ചേർത്തിരിക്കയാണിവിടെ. അനേകം മൃഗകഥകളും പ്രണയ-വിവാഹ കഥകളും മേൽപ്പറഞ്ഞ എഴുത്തുകാരുടേതായിട്ടുണ്ട്. അവയും പ്രത്യേകിച്ച് ദുരന്തപര്യവസായിയായ രചനകളും ഈ കൃതിയിൽനിന്നും ഒഴിവാക്കിയിട്ടുണ്ട്.

മലയാളത്തിൽ ഇതിനോടകം പലപ്പോഴായി പ്രകാശിതമായിട്ടുള്ളതിനാൽ ഈസോപ്പ്, ഗ്രിം സഹോദരന്മാർ തുടങ്ങിയവരുടെ രചനകളും സിൻഡ്രെല്ല പോലെ പ്രശസ്തമായ മറ്റനേകം കഥകളും ഇവിടെ ഉൾപ്പെടുത്തിയിട്ടില്ല. അതിദീർഘമായ കഥകളെല്ലാം അഞ്ചുമിനിട്ടിനകം വായിച്ചുതീർക്കാവുന്നവിധം സംഗ്രഹിച്ചിട്ടുണ്ട്. അതിനാൽ കുട്ടികൾക്കു സ്വയം വായിക്കാനും വായിച്ചുകൊടുക്കാനും ഈ കഥകൾ ഉപകാരപ്പെടും.

മലയാളത്തിൽ സുപരിചിതമായിട്ടുള്ള പഞ്ചതന്ത്രം, കഥാസരിത് സാഗരം, ജാതക കഥകൾ, ഹിതോപദേശം, അലിഫ് ലൈല തുടങ്ങിയവയ്ക്കപ്പുറത്തുള്ള വലിയൊരു കഥാസാമ്രാജ്യത്തെ യുവവായനക്കാർക്കു മുന്നിലവതരിപ്പിക്കാൻ ഈ ലഘുപുസ്തകം ഉതകുമെന്ന പ്രതീക്ഷയോടെ,

സലാം എലിക്കോട്ടിൽ

കഥകൾ

കടംകഥകളുടെ രാജകുമാരി

പീറ്റേഴ്സ് ബർഗിലെ രാജകുമാരി സുന്ദരിയും സുശീലയുമായിരുന്നു. അവളെ പരിണയിക്കാൻ പല നാടുകളിലേയും രാജകുമാരന്മാരും പ്രഭുപുത്രന്മാരുമൊക്കെ ആഗ്രഹിച്ചു. തന്റെ സ്വയംവരത്തിന് കുമാരി മുന്നോട്ടുവച്ച നിബന്ധനകൾ വിചിത്രമായിരുന്നു. കുമാരിയോട് പ്രതിശ്രുതവരന് മൂന്ന് കടംകഥകൾ ചോദിക്കാം. അതിലൊന്നിനെങ്കിലും 'എനിക്കറിയില്ല' എന്നു അവൾ പറഞ്ഞാൽ മാത്രം വേളി നടക്കും.

ഇതുകേട്ട് പല യുവാക്കളും സങ്കീർണ്ണവും ദുഷ്കരവുമായ പ്രഹേളികകൾ നിർമ്മിച്ച് രാജകുമാരിയെ സമീപിച്ചെങ്കിലും അവയ്ക്കെല്ലാം അവൾ നിഷ്പ്രയാസം ഉത്തരം നൽകി. അപ്രകാരം പലരും തോറ്റു പിൻവാങ്ങിയപ്പോൾ പിന്നീടാരും അവളെ കാണാൻ കൊട്ടാരത്തിലേക്കു വരാതായി.

ഈ വിവരമറിഞ്ഞ ഇവാൻ എന്ന കർഷകയുവാവിന് ഒരു കൈ പരീക്ഷിച്ചാലോ എന്നു തോന്നി. സമ്പത്തും വിദ്യാഭ്യാസവും കുലമഹിമയുമൊന്നും ഇല്ലാതിരുന്ന ഇവാന്റെ മോഹം കേട്ട് ബന്ധുമിത്രാദികൾ അവനെ പരിഹസിക്കാനും പിന്തിരിപ്പിക്കാനും ശ്രമിച്ചു. അതൊന്നും വകവെക്കാതെ ഇവാൻ കൊട്ടാരത്തിലെത്തി കുമാരിയെ കണ്ട് തന്റെ ഒന്നാംകടംകഥ പുറത്തെടുത്തു:

"മിനിയാന്ന് ഞാൻ നടന്നുപോരുമ്പോൾ വഴിയോരത്ത് വിശാലമായ നല്ലതൊന്നു കണ്ടു. അതിനകത്ത് നല്ല രണ്ടാമതൊന്നും. ഒന്നാമത്തെ നല്ലതിനു നന്മ ചെയ്യാൻവേണ്ടി രണ്ടാമത്തെ നല്ലതിനെ ഞാൻ ഒന്നാമത്തെ നല്ലതിൽനിന്നു പുറത്താക്കി. എന്തായിരുന്നു അവ?"

കുമാരിക്കു മനസ്സിലായില്ല. ഉത്തരം നാളെ പറയാമെന്ന് ഉറപ്പുകൊടുത്ത് ഇവാനെ പറഞ്ഞയച്ചു. അന്തഃപുരത്തിലെത്തിയ കുമാരി പരിചാരികയെ വിളിച്ച് ഇവാൻ നൽകിയ കടംകഥയുടെ ഉത്തരം കണ്ടുപിടിക്കണമെന്നാവശ്യപ്പെട്ടു. ബുദ്ധിമതിയായിരുന്ന പരിചാരിക സഹേലി ഇവാനിൽനിന്നും ഉത്തരം സൂത്രത്തിൽ തട്ടിയെടുത്തു.

അടുത്ത ദിവസം ഇവാൻ കുമാരിക്കു മുമ്പാകെ ഹാജരായപ്പോൾ ഗോതമ്പുവയലിൽ ഒരു കുതിര നിന്നു മേയുന്നുണ്ടായിരുന്നു. ഞാനതിനെ പുറത്താക്കി എന്ന് ഉത്തരം നൽകി. (ഗോതമ്പുവയൽ നല്ലത്. രണ്ടാമത്തെ നല്ലത് കുതിര. ഒന്നാമത്തെ നല്ലതായ ഗോതമ്പ് വയലിൽ ഗോതമ്പ് വിളയാൻ വേണ്ടി രണ്ടാമത്തെ നല്ലതായ കുതിരയെ ഒന്നാമത്തെ നല്ലതായ ഗോതമ്പുവയലിൽനിന്ന് പുറത്താക്കി.)

പരാജിതനായ ഇവാൻ രണ്ടാമത്തേത് പുറത്തെടുത്തു: "ഇന്നലെ ഞാൻ നിരത്തിലൂടെ പോവുകയായിരുന്നു. അപ്പോഴുണ്ട് വഴിമദ്ധ്യത്തിൽ ഒരു ചീത്ത സാധനം. ഉടനെ ഞാൻ രണ്ടാമതൊരു ചീത്ത വസ്തു എടുത്ത് ഒന്നാമത്തേതിനെ വകവരുത്തി. ഏതാണവ?"

ഇപ്രാവശ്യവും കുമാരിക്ക് പ്രഹേളിക പരിഹരിക്കാൻ കഴിഞ്ഞില്ല. തന്റെ തോഴിയെ അയച്ച് ഉത്തരം മനസ്സിലാക്കി. മൂന്നാം ദിവസം ഇവാൻ എത്തിയപ്പോൾ കുമാരി ഉത്തരവുമായി ഇരിക്കയായിരുന്നു. "നിരത്തിൽ ഞാൻ ഒരു വിഷസർപ്പത്തെ കണ്ടു. ഉടനെ ഞാൻ ഒരു വടിയെടുത്ത് അതിനെ അടിച്ചു കൊന്നു." (ഒരു ചീത്ത സാധനം പാമ്പ്. രണ്ടാമത്തെ ചീത്ത വസ്തു വടി. വടിയെടുത്ത് പാമ്പിനെ കൊന്നു)

രണ്ടാമത്തെ കടംകഥയിലും ഇവാൻ തോറ്റു. ഇനി രക്ഷ മൂന്നാമത്തെ ചോദ്യമാണ്. അവൻ കുമാരിയോടു ചോദിച്ചു: "എങ്ങനെയാണ് നീ ആദ്യത്തെ രണ്ടു പ്രഹേളികയ്ക്കും ഉത്തരം കണ്ടെത്തിയത്?"

രണ്ടുപ്രാവശ്യവും ഇവാനെ ചതിക്കുകയായിരുന്നു എന്നു സമ്മതിക്കാൻ കുമാരി തയ്യാറല്ലായിരുന്നു. അതിനാൽ മൂന്നാം കടംകഥയ്ക്ക് ഉത്തരമായി അവൾ അറിയാതെ പറഞ്ഞതിങ്ങനെയായിരുന്നു: "എനിക്കറിയില്ല."

കടംകഥയ്ക്ക് ഉത്തരമില്ലാത്ത രാജകുമാരി അങ്ങനെ ഇവാന്റെ പത്നിയായി.

(റഷ്യ)

കോഴിയും കുറുക്കനും

ഒരു ദിവസം ഒരു കുറുക്കൻ വിശന്നുപൊരിഞ്ഞ് കാട്ടിലൂടെ നടക്കുകയായിരുന്നു. അപ്പോഴുണ്ട് അപ്പുറത്തായി ഒരു തടിയൻ പൂവൻകോഴി ചിക്കിച്ചിനക്കി നിൽക്കുന്നു. കുറുക്കനെ കണ്ടതും പൂവൻ അടുത്ത മരത്തിന്റെ ഒരുയർന്ന കൊമ്പിലേക്കു പറന്നു കയറി.

തന്റെ ഇര നഷ്ടപ്പെട്ടതിൽ നിരാശനായെങ്കിലും കുറുക്കൻ അതു പുറത്തു കാണിച്ചില്ല. പകരം അവൻ സൗഹൃദം അഭിനയിച്ചുകൊണ്ടു പറഞ്ഞു:

"നീയെന്തിനാണ് എന്നെ കണ്ടപ്പോൾ പറന്നു രക്ഷപ്പെട്ടത്? ഒരു സഹോദരനെന്ന നിലയ്ക്ക് നിന്നെ ആലിംഗനം ചെയ്യാനാണ് ഞാൻ വന്നത്."

"അതു വിശ്വസിക്കാൻമാത്രം വിഡ്ഢിയല്ല ഞാൻ." കോഴി തിരിച്ചടിച്ചു.

"അപ്പോൾ നീ പുതിയ വാർത്തയൊന്നും കേട്ടിട്ടില്ലെന്നു തോന്നുന്നു."

"അതെന്തു വാർത്ത?" കുക്കുടം ചോദിച്ചു.

"ലോകമെങ്ങുമുള്ള പക്ഷിമൃഗാദികൾക്കിടയിൽ ശാന്തിയും സമാധാനവും പ്രഖ്യാപിച്ചിരിക്കുന്നു. അതിനാൽ ഇന്നുമുതൽ നാമെല്ലാം സഹോദരീസഹോദരന്മാരാണ്." കുറുക്കൻ അവകാശപ്പെട്ടു. "അതുകൊണ്ട് നീ ഇറങ്ങിവന്നാൽ നമുക്കൊന്നിച്ചു കഴിയാം."

"നീ പറഞ്ഞത് സത്യമാണെന്ന് എനിക്കും ഇപ്പോൾ തോന്നുന്നു. അതുകൊണ്ട് ഞാനിതാ ഇറങ്ങിവരുന്നു." സന്തോഷം അഭിനയിച്ചുകൊണ്ട് കുക്കുടം അറിയിച്ചു. "പക്ഷേ, അതിനുമുമ്പ് ഈവഴി വരുന്ന ആ വേട്ടപ്പട്ടികൾകൂടി

എത്തിക്കോട്ടെ. തുടർന്നു നമുക്ക് സർവ്വലോക സാഹോദര്യം ആഘോഷിക്കാം.”

അതുകേട്ട് ആ കള്ളക്കുറുക്കൻ പേടിച്ചുവിറച്ചു.

“ഞാൻ നിന്നോടു പറഞ്ഞ ശാന്തിവാർത്ത പരമാർത്ഥം തന്നെയാണ്. പക്ഷേ, ആ വിവരം ശ്വാനന്മാർ അറിഞ്ഞിരിക്കണമെന്നില്ല. അതിനാൽ തൽക്കാലം ഞാൻ പോകുന്നു.” അത്രയും പറഞ്ഞ് കോഴിയുടെ കള്ളക്കഥ വിശ്വസിച്ച് കുറുക്കൻ ഓടെടാ ഓട്ടം.

(ലാഫൊണ്ടെയ്ൻ)

പൂവൻ കോഴികളും പിടകളും

പണ്ടൊക്കെ യൂറോപ്പിൽ ഗ്രാമീണ വീടുകളുടെ മേൽക്കൂരയ്ക്കു മുകളിൽ ലോഹം കൊണ്ടുണ്ടാക്കിയ ഒരു പൂവൻകോഴിയെ സ്ഥാപിക്കുന്ന പതിവുണ്ടായിരുന്നു. കൃഷിക്കാർക്ക് കാലാവസ്ഥ മനസ്സിലാക്കാൻ കാറ്റിനനുസരിച്ച് എപ്പോഴും തിരിഞ്ഞു കൊണ്ടിരിക്കുന്ന കോഴി ഉപകാരപ്രദമായിരുന്നു. അത്തരം ഒരു സുന്ദരൻ ബൊമ്മക്കോഴി ഒരു വീടിന്റെ മുകളിൽ തലയുയർത്തി നിന്നു.

ആ വീട്ടിൽ ഒരു പൂവൻകോഴിയും അനേകം പിടകളുമുണ്ടായിരുന്നു. പൂവന് ലോഹക്കോഴിയുടെ ഉന്നത സ്ഥാനവും തലയെടുപ്പും കണ്ട് അവനോട് അസൂയയായിരുന്നു. അതിനാൽ പൂവൻ എപ്പോഴും തന്റെ പിടകളോട് ഇങ്ങനെയൊക്കെ വീമ്പടിക്കും:

“കണ്ടില്ലേ മോന്തായത്തിലിരിക്കുന്നവനെ? അവന് പറക്കാൻ കഴിവില്ല.” അല്ലെങ്കിൽ, “എന്നെപ്പോലെ ഒരിക്കലെങ്കിലും അവൻ കൂവുന്നത് നിങ്ങൾ കേട്ടിട്ടുണ്ടോ?” എന്നൊക്കെയായിരിക്കും പൂവന്റെ ചോദ്യങ്ങൾ.

ഇതൊക്കെ ലോഹക്കോഴി കേൾക്കാറുണ്ടെങ്കിലും അവനൊരിക്കലും പ്രതികരിക്കാറില്ല. താൻ ദശാബ്ദങ്ങളായി ഇവിടെ ഇതുപോലെ നിൽപ്പാണ്. എന്നാൽ, ഇക്കാലത്തിനിടയ്ക്ക് അല്പായുസ്സുകളായ കോഴികളുടെ അനേകം തലമുറകൾ വന്നുപോയി. അതിലൊരുത്തൻ മാത്രമാണല്ലോ ഇവൻ എന്നു കരുതി ലോഹക്കോഴി പൂവനോട് സഹതപിച്ചു.

പക്ഷേ, ഇതൊന്നും മനസ്സിലാക്കാതെ ഒരു ദിവസം പൂവൻ തന്റെ പിടകളോട് ബൊമ്മക്കോഴിയെ അധിക്ഷേപിച്ച്

സംസാരിക്കുകയായിരുന്നു. അവന്റെ ചിരിയും കൂവലും കേട്ടു കൊണ്ടാണ് ഒരു കൂറ്റൻ പരുന്ത് അവിടേക്കെത്തിയത്. പൂവനെ കണ്ടതും ഒരു നിമിഷംകൊണ്ട് അവനെ കൊത്തിയെടുത്ത് പരുന്ത് ആകാശത്തേക്കു പറന്നു. എന്നിട്ട് അവനെ കൊന്നു തിന്നാനായി ലോഹക്കോഴിക്കു മീതെ ചെന്നിരുന്നു. ആ സമയം മുഴുവൻ വേദനകൊണ്ടും മരണഭയം കാരണവും പൂവൻ നില വിളിക്കുകയായിരുന്നു.

"ഇപ്പോഴെന്തേ, നിന്റെ പുച്ഛവും പരിഹാസവും അടങ്ങിയോ?" പൂവന്റെ ദയനീയാവസ്ഥ കണ്ട് പ്രതിമക്കോഴി ചോദിച്ചു.

"ക്ഷമിക്കണം സഹോദരാ, എനിക്കു തെറ്റു പറ്റിപ്പോയി. എന്റെ മരണം അടുത്തിരിക്കുന്നു. അതിനാൽ എന്നോടു ക്ഷമിക്കുക." പൂവൻ കേണു.

"നിന്നോട് ഞാനെന്നേ ക്ഷമിച്ചിരിക്കുന്നു. ഏതായാലും തൽക്കാലം നീ മരിക്കേണ്ട. പകരം നല്ലവനായി ജീവിക്ക്."

ലോഹക്കോഴി ഉറപ്പു കൊടുത്തു. അതുകേട്ട് കഴുകൻപോലും അന്തംവിട്ടു കാര്യമറിയാതെ നിന്നു. പെട്ടെന്ന് ലോഹക്കോഴി ദ്രുതഗതിയിൽ ഒന്നു വട്ടം കറങ്ങി. അതിന്റെ ശക്തിയിൽ പരുന്തിന്റെ പിടിവിട്ട കോഴി താഴേക്കു പതിച്ചപ്പോൾ പരി ഭ്രാന്തനായ പരുന്ത് ആകാശത്തേക്ക് പറന്നകലുകയും ചെയ്തു.

അതോടെ ആരെയും അകാരണമായി പരിഹസിക്കുക യില്ലെന്ന് പൂവൻ ആണയിട്ടു. ശിഷ്ടകാലം പൂവനും പിടകളും ലോഹക്കോഴിയുമായി കൂട്ടുകൂടിക്കഴിഞ്ഞു.

(ഹാൻസ് ക്രിസ്റ്റ്യൻ ആൻഡേഴ്സൺ)

വീണ വായിക്കുന്ന റാണി

കുരിശുയുദ്ധക്കാലത്ത് റഷ്യൻ ഭരണാധികാരിയായിരുന്ന സാർ ചക്രവർത്തിയെ തുർക്കികൾ ബന്ധനസ്ഥനാക്കി. അദ്ദേഹത്തെ തങ്ങളുടെ ഖലീഫയായ സുൽത്താനെ തുർക്കിപ്പട ഏൽപിച്ചു. സുൽത്താൻ സാറിനെ കാരാഗൃഹത്തിലടയ്ക്കുകയും ചെയ്തു. ഖലീഫ നിശ്ചയിച്ച മോചനദ്രവ്യം നൽകാമെങ്കിൽ ചക്രവർത്തിയെ വിട്ടുനൽകാമെന്നു അറിയിച്ചതുപ്രകാരം സാർ ചക്രവർത്തി തന്റെ രാജ്ഞിക്ക് കത്തെഴുതി.

വളരെക്കാലം കാത്തിരുന്നിട്ടും മഹാറാണിയായ സാറിനയുടെ മറുപടി കാണാത്തതിൽ ഖിന്നനും രോഷാകുലനുമായി കഴിയുകയായിരുന്നു സാർ ചക്രവർത്തി. എന്നാൽ ഒരു ദിവസം തുർക്കി സുൽത്താന്റെ ദർബാറിൽ ഒരു യുവാവ് വന്നു മുഖം കാണിച്ചു. അയാളുടെ കയ്യിൽ ഒരു വിചിത്ര വീണയുമുണ്ടായിരുന്നു.

“അങ്ങയുടെ മുമ്പാകെ അടിയനെ ഈ വീണ വായിക്കാൻ അനുവദിക്കണം.” ആഗതൻ അപേക്ഷിച്ചു.

സംഗീതത്തിൽ പൊതുവെയും വീണ വായനയിൽ പ്രത്യേകിച്ചും തത്പരനായിരുന്ന ഖലീഫ അതിന് അനുമതി നൽകുകയും ചെയ്തു.

യുവാവിന്റെ വീണവായന അദ്ദേഹത്തിന് ഇഷ്ടപ്പെട്ടു എന്നു പറയേണ്ടതില്ലല്ലോ. തുടർന്നു സന്ദർശകനോട് കൊട്ടാരത്തിൽ താമസിക്കാൻ ആവശ്യപ്പെട്ടു. അയാൾ സമ്മതിച്ചു. അതിഥിയുടെ മാസ്മരിക സംഗീതത്തിൽ ഖലീഫ ലയിച്ചിരുന്ന ദിനങ്ങൾ ആഴ്ചകളായും മാസങ്ങളായും കടന്നു പോയി. സദസ്സിൽ പലപ്പോഴും റഷ്യൻ ചക്രവർത്തിയുമുണ്ടാകും.

തന്നെ പോകാൻ അനുവദിക്കണമെന്ന് ഒരു ദിവസം യുവാവ്

സുൽത്താനോട് അപേക്ഷിച്ചു. വീടുവിട്ട് പോന്നിട്ട് കാലമേറെ യായല്ലോ എന്നും.

"ശരി. തന്റെ ആഗ്രഹം നാം അംഗീകരിക്കുന്നു. പ്രതിഫല മായി നിനക്കെന്തും ചോദിക്കാം." ഖലീഫ പറഞ്ഞു.

"അങ്ങനെയാണെങ്കിൽ തടവിൽ കിടക്കുന്ന റഷ്യയിലെ സാർ ചക്രവർത്തിയെ ഇവന് അടിമയായി നൽകിയാലും."

യുവാവിന്റെ ഇംഗിതമനുസരിച്ച് സാറിനെ വിട്ടുകൊടുത്തു കൊണ്ട് ഖലീഫ വാക്കു പാലിച്ചു. സാറിനെ മോചിപ്പിക്കാൻ ഇതുവരെ ആരും ദ്രവ്യവുമായി വന്നിട്ടുമില്ല.

യുവാവും അടിമയും റഷ്യയിലേക്കു യാത്രയായി. മാസ ങ്ങൾക്കു ശേഷം അവർ തലസ്ഥാന നഗരിയുടെ കവാടത്തിലെ ത്തിയപ്പോൾ ചക്രവർത്തിയെ അടിമത്തത്തിൽനിന്നും മോചിപ്പിച്ച് യുവാവ് എങ്ങോട്ടോ പോയി.

ഇതു വിചിത്രമായി തോന്നിയെങ്കിലും അതിനെപ്പറ്റി കൂടുത ലൊന്നും ആലോചിക്കാൻ നിൽക്കാതെ ചക്രവർത്തി കൊട്ടാര ത്തിലെത്തി. സാർ തിരിച്ചെത്തിയ സന്തോഷവാർത്തയറിഞ്ഞ് അവിടമാകെ ആഹ്ലാദം തിരതല്ലി, ആഘോഷം ആരംഭിച്ചു.

പക്ഷേ, അപ്പോഴും ചക്രവർത്തിനിയായ സാറിന തന്റെ രക്ഷ യ്ക്കെത്താത്തതും തുർക്കിസുൽത്താന് ഒരു മറുപടിപോലും അയയ്ക്കാത്തതും ഓർത്തു സാർ ചക്രവർത്തി കുപിതനായി. അവരുടെ അവഗണനയ്ക്കും ധിക്കാരത്തിനും മറുപടിയായി ചക്രവർത്തിനിയെ വധശിക്ഷയ്ക്കു വിധിക്കാൻ സാർ ഒരു മ്പെടുകയായിരുന്നു.

അപ്പോഴുണ്ട് കൊട്ടാരത്തിനകത്തുനിന്നും തുർക്കി രാജ ധാനിയിൽവെച്ചു കണ്ട ആ യുവാവ് വീണയും വായിച്ചു പുറത്തേക്കു വരുന്നു. അതു തന്റെ പ്രിയതമയായ സാറിനയാ ണെന്നു മനസ്സിലാക്കാൻ അദ്ദേഹത്തിന് പ്രയാസമുണ്ടായി. അപ്പോഴാണ് ഭാരിച്ച മോചനദ്രവ്യം നൽകാതെതന്നെ പ്രച്ഛന്ന വേഷധാരിയായി വന്ന് ചക്രവർത്തിനി തന്നെ രക്ഷിക്കുകയാ യിരുന്നു എന്നദ്ദേഹത്തിനു ബോദ്ധ്യമായത്. കുറ്റബോധത്താൽ വേദനിച്ച ഹൃദയവുമായി സാറിനായെ സാർ ചക്രവർത്തി അഭി നന്ദിച്ചു.

(റഷ്യൻ കഥ)

വിവാഹിതനായ മുയൽ

പുൽത്തകിടിയിൽ പാട്ടുംപാടി ഓടിക്കളിക്കയായിരുന്നു സുന്ദരനും യുവാവുമായ ഒരു മുയൽ. അവന്റെ ആഹ്ലാദം കണ്ട് ഒരു കുറുക്കൻ അടുത്തുചെന്ന് കാരണം ചോദിച്ചു.

"ഞാൻ വിവാഹിതനായിരിക്കുന്നു." മുയൽ ചിരിച്ചു.

"അഭിനന്ദനങ്ങൾ." കുറുക്കൻ പറഞ്ഞു. "നീയൊരു ഭാഗ്യവാൻതന്നെ. ഇക്കാലത്തു പെണ്ണു കിട്ടാൻ എന്തു പ്രയാസമാ."

"ഇതിലിത്ര തുള്ളിച്ചാടാനൊന്നുമില്ല." മുയൽ പറഞ്ഞു. "അവൾ വിരൂപിയും വൃദ്ധയും ഒരു രാക്ഷസിയെപ്പോലെ വൃത്തികെട്ടവളുമാണ്."

"ഹാ, കഷ്ടം. എനിക്കറിയില്ലായിരുന്നു. ക്ഷമിക്കണം."

"അതിലൊരു കഷ്ടവുമില്ല." മുയലിന്റെ മറുപടി. "കാരണം, വിവാഹസമ്മാനമായി അവർ എനിക്ക് മനോഹരമായ വലിയൊരു വീടു തന്നു."

"അതു വല്ലാത്തൊരു ഭാഗ്യംതന്നെ. കാരണം, കേറിക്കിടക്കാൻ ഒരിടവും മടയുമില്ലാതെ എത്ര ജന്തുക്കളാണ് ഈ കാട്ടിൽ അലഞ്ഞു തിരിയുന്നത്." കുറുക്കൻ മുയലിനെ അഭിനന്ദിച്ചു.

"അതിൽ ആനന്ദിക്കാനൊന്നുമില്ല. കഴിഞ്ഞ ദിവസം ഒരഗ്നിബാധയിൽ ആ വീടു മുഴുവൻ കത്തിനശിച്ചു." മുയൽ നെടുവീർപ്പിട്ടു.

"സങ്കടംതന്നെ. തീപിടിത്തത്തിൽ എല്ലാം കത്തിച്ചാമ്പലായിക്കാണുമല്ലോ." കുറുക്കന്റെ സാന്ത്വനവചനം.

"ശരിയാണ്. വീടിനകത്തുള്ളതെല്ലാം അഗ്നിയിൽ ചാരമായി. പക്ഷേ, കരയാനൊരു കാരണവുമില്ല." മുയൽ പ്രസന്നവദനനായി. "കാരണം അന്നേരം എന്റെ പ്രേയസിയും വീടിനകത്തുണ്ടായിരുന്നു."

(നോർവീജിയൻ കഥ)

രാജാവും മുറിവൈദ്യനും

വെറുതെ വീമ്പടിച്ചു നടക്കുന്ന ഒരു മുറിവൈദ്യനുണ്ടായിരുന്നു. തനിക്ക് ഭേദമാക്കാൻ സാധിക്കാത്ത മാറാരോഗങ്ങളില്ലെന്നും, ഏതു മഹാമാരിയെയും തുടച്ചു നീക്കാൻ തനിക്കു കഴിയുമെന്നും അയാൾ അവകാശപ്പെട്ടിരുന്നു.

പക്ഷേ, ആൾ ഒരു വ്യാജനാണെന്നറിയാവുന്നതുകൊണ്ട് ജനം അയാളെ പുച്ഛിച്ചു തള്ളുകയാണുണ്ടായത്. അപ്പോഴാണ് തന്റെ കൈവശം ഒരു മാന്ത്രിക ഔഷധമുണ്ടെന്നും അതുകൊണ്ട് ഒരു കഴുതയെപ്പോലും ഒരു വിദഗ്ദ്ധ വൈദ്യനാക്കാൻ കഴിയുമെന്നും അയാൾ പ്രഖ്യാപിച്ചത്.

ഈ പ്രസ്താവനയെപ്പറ്റി കേട്ടറിഞ്ഞ അന്നാട്ടിലെ രാജാവിന് ദേഷ്യം വന്നു. ഈ ശല്യക്കാരനെ ഒരു പാഠം പഠിപ്പിക്കാൻതന്നെ അദ്ദേഹം നിശ്ചയിച്ചു. അതുപ്രകാരം ഭടന്മാർ അയാളെ കൊട്ടാരത്തിലേക്കു കൊണ്ടുവന്നു.

"ഇയാൾക്ക് നമ്മുടെ കഴുതപ്പന്തിയിൽനിന്നും യോജിച്ച ഒരു കഴുതയെ കൊടുക്കുക. പുറമെ വേണ്ടത്ര പണവും. പത്തു വർഷംകൊണ്ട് കഴുതയെ എഴുതാനും വായിക്കാനും പഠിപ്പിക്കണം. അതിനു കഴിഞ്ഞില്ലെങ്കിൽ പത്തുകൊല്ലം തീരുന്ന ദിവസം ഇവനെ തൂക്കിക്കൊല്ലാൻ നാം വിധിക്കും."

രാജാവ് ഉത്തരവിട്ടു. എന്നിട്ട് ദീർഘകാലത്തെ ചെലവുകൾക്കായി ഒരു ചാക്കു സ്വർണ്ണനാണയങ്ങൾ കൂടെ കൊടുത്തുവിട്ടു.

രാജകൽപന കേട്ട് ദർബാറിലെ പ്രമുഖരെല്ലാം ആ വ്യാജനെ പരിഹസിച്ചു. "പത്തല്ല, നൂറു സംവത്സരങ്ങൾകൊണ്ട് ഒരു കഴുതയെ ആർക്ക് അഭ്യസ്തവിദ്യനാക്കാൻ കഴിയും? പറഞ്ഞ

അവധിയുടെ അവസാനം നീ കഴുമരത്തിൽ തൂങ്ങിയാടുന്നതു കാണാം.”

“അതു നമുക്കു നോക്കാം. ഈ വലിയ ഇടവേളയിൽ ഞാനോ മന്നനോ കഴുതയോ ദേഹം വെടിഞ്ഞെന്നിരിക്കും. ഇനി അവധി കഴിഞ്ഞ് ഞാൻ തൂങ്ങിയാൽതന്നെ അതുവരെയും വെറുതെ കിട്ടുന്ന പണവുമായി ജീവിതം ആസ്വദിക്കാൻ എനിക്കു ലഭിക്കുന്നത് ഒരു നീണ്ട സമയമാണ്.” അതു പറഞ്ഞ് കഴുതയും പണക്കിഴിയുമായി അയാൾ ഇറങ്ങിനടന്നു.

(ലാ ഫൊണ്ടെയ്ൻ)

രാക്ഷസനും ജിപ്സിയും

അലഞ്ഞുനടക്കുന്ന ഒരു ജിപ്സി ഒരിക്കൽ വിജനമായ ഒരു നഗരത്തിലെത്തി. ആളനക്കമില്ലാത്ത അവിടത്തെ തെരുവുകളിലൂടെ നടക്കുമ്പോൾ ഒരു മൂലയിലിരിക്കുന്ന വികലാംഗനെ കണ്ടുമുട്ടി. നഗരത്തിന്റെ ഈ വിചിത്രാവസ്ഥയെക്കുറിച്ച് ചോദിച്ചപ്പോൾ അയാൾ പറഞ്ഞു:

"ഓരോ ദിവസവും ഇവിടെയെത്തി ഒരാളെ വീതം പിടിച്ചു തിന്നുന്ന ഒരു രാക്ഷസനുണ്ട്. പട്ടണത്തിലെ പകുതിപേരെ ആ ഭീകരൻ കൊന്നൊടുക്കി. ബാക്കി പകുതിപേർ രാക്ഷസനെ പേടിച്ച് പലയിടത്തേക്കും പലായനം ചെയ്തു."

അടുത്ത ദിവസം തന്നെത്തേടി രാക്ഷസൻ വരുമെന്നും അതിനടുത്ത ദിവസം കൊല്ലപ്പെടാനുള്ള ഊഴം ജിപ്സിയുടേതായിരിക്കുമെന്നും അതിനാൽ രക്ഷപ്പെടുന്നതാണ് നല്ലതെന്നും നാട്ടുകാരൻ ജിപ്സിയെ ഉപദേശിച്ചു.

പക്ഷേ അത്ര ഭീരുവായിരുന്നില്ല ആ നാടോടി. "എന്തിനു മറ്റന്നാളാക്കുന്നു. നാളത്തെ ഊഴംതന്നെ എന്റേതായിരിക്കട്ടെ." അയാൾ പറഞ്ഞു.

അടുത്ത ദിവസം രാക്ഷസൻ വരുന്നതിന്റെ ഇടിമുഴക്കം അകലെനിന്നുതന്നെ കേട്ടുതുടങ്ങി. അവൻ വരുമ്പോൾ ഭൂമി കുലുങ്ങുന്നുണ്ട്. കൊടുങ്കാറ്റടിക്കുന്നുണ്ട്. എന്തിന്, പക്ഷിമൃഗാദികൾപോലും ഭയപ്പെട്ട് ഓടിയൊളിക്കുന്നുണ്ട്.

അപ്പോഴാണ് ജിപ്സി രാക്ഷസന്റെ നേരെ മുന്നിൽ ചെന്നുനിന്നത്. ആ കൂസലില്ലായ്മ കണ്ടു ആ ഭീമാകാരൻപോലും പതറിപ്പോയി.

"നീയാണോ ഇന്നെനിക്ക് ഭക്ഷണമായി വന്നിരിക്കുന്നത്?" രാക്ഷസൻ ആ കൃശഗാത്രനു നേരെ നോക്കി പല്ലിളിച്ചു.

"അതെ, ഞാൻതന്നെ. പക്ഷേ, നിനക്കെന്നെ ചവച്ചുതിന്നാൻ കഴിയില്ല. അത്രമാത്രം കാഠിന്യമേറിയതാണ് എന്റെ ശരീരം. പിന്നെ നിനക്ക് എന്നെ വേണമെങ്കിൽ വിഴുങ്ങാം. പക്ഷേ നിന്റെ വയറ്റിലെത്തിയാലുടനെ ഞാൻ നിന്റെ കുടൽമാല കീറിമുറിച്ച് വയർ പിളർത്തി പുറത്തുചാടും. അതിനകം നീ ചത്തുമലച്ചിരിക്കും." ജിപ്സി യുവാവ് ധൈര്യമവലംബിച്ചുകൊണ്ട് പറഞ്ഞു.

ആ വീമ്പടി കേട്ട് രാക്ഷസനു തമാശ തോന്നി.

"നീ അത്രയും ശക്തനാണെന്നാണോ സ്വയം കരുതുന്നത്? എങ്കിൽ നമുക്ക് ഒരു പരീക്ഷണം നടത്താം. അതിൽ ആരാണ് വിജയിക്കുന്നതെന്നു നോക്കാം."

അത്രയും പറഞ്ഞ് രാക്ഷസൻ വഴിയരികെ കിടന്ന വലിയൊരു കല്ല് നിഷ്പ്രയാസം പൊക്കിയെടുത്തു. എന്നിട്ട് അത് തന്റെ മുഷ്ടിയിലമർത്തിയപ്പോൾ കല്ല് ഉടഞ്ഞു പൊടിയായി തറയിൽ തൂവി.

പക്ഷേ, ഇതു കണ്ടിട്ടും ജിപ്സി പരിഭ്രാന്തനായില്ല. അവൻ മുമ്പേ എന്തോ സൂത്രം ഒപ്പിച്ചുവെച്ചിരുന്നു.

"ഓ, ഇതിലെന്തു കാര്യം? ഒരു ശില പൊട്ടിച്ച് പൊടിയാക്കി കാറ്റിൽ പറത്താൻ ആർക്കുമാവും. പക്ഷേ, ഒരു പാറ പിഴിഞ്ഞ് വെള്ളമെടുക്കാനാണ് പ്രയാസം. അതു ഞാൻ കാണിച്ചുതരാം."

അതു പറഞ്ഞ് പാമ്പൻ ഒരു കല്ലിനടിയിൽ മുൻകൂട്ടി ഒളിപ്പിച്ചുവെച്ചിരുന്ന ഒരു വെണ്ണക്കട്ടി കയ്യിലെടുത്തു അമർത്തിപ്പിഴിഞ്ഞു. അതോടെ അതിൽനിന്നും വെണ്ണ ഒലിച്ചിറങ്ങി തറയിൽ വീണുകൊണ്ടിരുന്നു.

ഈ അസാദ്ധ്യയത്നം കണ്ട് രാക്ഷസൻ പരിഭ്രാന്തനായി എന്നു പറയേണ്ടതില്ലല്ലോ. ഇനിയും അവിടെ നിന്നാൽ തന്റെ ജീവൻതന്നെ അപകടത്തിലാകുമെന്ന് ബോദ്ധ്യമായ ആ ഭീമൻ കൂടുതൽ വാഗ്വാദങ്ങൾക്കൊന്നും നിൽക്കാതെ വേഗം സ്ഥലം വിട്ടു. പിന്നീടവൻ ആ വഴിക്കു വന്നിട്ടേയില്ല.

(റഷ്യൻ കഥ)

രണ്ടു സമുറായികൾ

ജപ്പാനിലെ ആയുധധാരികളായ പരാക്രമികളെയാണല്ലോ സമുറായികൾ എന്നു വിളിക്കുന്നത്. കൊല്ലാനും മരിക്കാനും ഒരു മടിയുമില്ലാത്തവർ. ഒരിക്കൽ അങ്ങനെയൊരു സമുറായി, ജപ്പാന്റെ പുരാതന തലസ്ഥാനമായ ക്യോട്ടോയിലേക്കു പോവുകയായിരുന്നു.

അയാൾ ഒട്ടും സന്തോഷവാനായിരുന്നില്ല. നീണ്ടതും ഭാരിച്ചതുമായ തന്റെ ഖഡ്ഗം ചുമക്കാൻ ഒരാളെ കിട്ടിയില്ലല്ലോ എന്നതായിരുന്നു അയാളുടെ ഖേദം. കുറേക്കൂടി മുന്നോട്ടു പോയപ്പോൾ മറ്റൊരു സമുറായിയെ വഴിയിൽ കണ്ടുമുട്ടി. അതോടെ ആ രണ്ടാമനു വലിയ സന്തോഷമായി. കാരണം, യാത്രയിൽ കൂട്ടിനായി ഒരാളെ കിട്ടാത്തതിലായിരുന്നു അയാളുടെ സങ്കടം.

അല്പംകൂടി മുന്നോട്ടെത്തിയപ്പോൾ ഒന്നാമന്റെ പരാതിക്കും പരിഹാരമായി. വഴിയിൽ കണ്ട ഒരു ഗ്രാമീണൻ ഇരുവരുടെയും വാളുകൾ ചുമക്കാമെന്നേറ്റു. അയാളും ക്യോട്ടോയിലേക്കു തന്നെയുള്ള യാത്രയിലായിരുന്നു.

പക്ഷേ, ആയോധനകലയെക്കുറിച്ചും വാൾപയറ്റിനെ സംബന്ധിച്ചും ഒരു വിവരവുമില്ലാതിരുന്ന ആ ചുമട്ടുകാരനെ ഇരു സമുറായികളും പരിഹസിക്കാൻ തുടങ്ങി.

"ഒരു ആയുധം എങ്ങനെ ചുമക്കണമെന്നുപോലും അറിയാത്തവൻ." ഒന്നാമന്റെ അധിക്ഷേപം, "എന്നിട്ടല്ലേ അത് ഉപയോഗിക്കാനറിയുന്നത്?"

രണ്ടാമനും സമാനരീതിയിൽ ഗ്രാമീണനെ നിന്ദിച്ചുകൊണ്ടിരുന്നു. ഇത് അസഹ്യമായി തുടർന്നപ്പോൾ ഗ്രാമീണന്റെ

ക്ഷമ കെട്ടു. അവസാനം അയാൾ കയ്യിലുള്ള അവരുടെതന്നെ വാളുകൾ ഇരുവർക്കുംനേരെ നീട്ടിപ്പിടിച്ചു. എന്നിട്ടു ഇങ്ങനെ ആജ്ഞാപിച്ചു:

“നിങ്ങളുടെ അരയിൽ തിരുകിയ കഠാരകളും മറ്റായുധങ്ങളും ഉടനെ തറയിലിട്ടു പിന്മാറുക. അല്ലെങ്കിൽ ഈ ഖഡ്ഗങ്ങൾ കൊണ്ട് ഞാൻ നിങ്ങളുടെ തലയരിയും.”

ആ ആക്രോശം കേട്ടതോടെ ഗ്രാമീണൻ ഒരു സാധാരണ ക്കാരനല്ലെന്നും ഒരുപക്ഷേ, അയാൾ ധീരനായ ഒരു സമുറായി ആയിരിക്കാമെന്നുംവരെ ഇരുവരും ശങ്കിച്ചു. തുടർന്നു ധൃതി യിൽ തങ്ങളുടെ കയ്യിൽ ശേഷിച്ച ചെറിയ ആയുധങ്ങളും വിട്ടു കൊടുത്തുകൊണ്ട് അവർ മാറിനിന്നു. അവയൊക്കെ ശേഖരിച്ച തിനു ശേഷം ചുമട്ടുകാരൻ വീണ്ടും ഉത്തരവു നൽകി:

“ഇനിയും സ്വന്തം കയ്യിലുള്ള പണവും സ്വർണ്ണവുംകൂടി ഇങ്ങോട്ടു തരിക. അതോടെ ഒരു ഭാരവും വഹിക്കാതെ നിങ്ങൾക്കു സുഗമമായി യാത്ര തുടരാം.”

ആ കൽപനയും അനുസരിക്കാൻ മാത്രമേ സമുറായികൾക്ക് കഴിയുമായിരുന്നുള്ളൂ. ആയുധം കയ്യിലില്ലാത്തവൻ സമുറായി യായാലും പണമില്ലാത്തവൻ പിണം എന്നവസ്ഥയിൽതന്നെ യാണ്.

രണ്ടു വില്ലാളികളുടെയും സമ്പാദ്യമെല്ലാം തന്റെ കയ്യിൽ വന്നുചേർന്നപ്പോൾ ഗ്രാമീണൻ അവരുടെ ആയുധങ്ങൾ പുഴ യിലേക്കു വലിച്ചെറിഞ്ഞു.

“ഇനി അവ കണ്ടെത്തി നിങ്ങൾ യാത്ര തുടരുക. എനിക്ക് ഈ പണവും സ്വർണ്ണവും വഹിക്കാനുള്ള ശക്തിയേയുള്ളൂ.” അതു പറഞ്ഞ് ഗ്രാമീണൻ തന്റെ പാട്ടിനു പോകുന്നതും നോക്കി സമുറായികൾ വിറങ്ങലിച്ചുനിന്നു.

(ജപ്പാനീസ് കഥ)

വിഡ്ഢിയും നിധിയും

ഒരു കാട്ടിൽ ഒരു വിറകുവെട്ടിയും ഭാര്യയും തങ്ങളുടെ ജോലിയിലേർപ്പെട്ടിരിക്കുകയായിരുന്നു. വിറകുവെട്ടി മരംവെട്ടുമ്പോൾ ഭാര്യ കുറേ ദൂരെ പൂവും പഴവുമൊക്കെ ശേഖരിക്കുകയായിരുന്നു.

പെട്ടെന്നാണ് താൻ വെട്ടിയിട്ട മരത്തിന്റെ വേരിനടിയിൽ വിറകുവെട്ടി ഒരു കലം നിറയെ സ്വർണ്ണനാണയങ്ങൾ കണ്ടത്. അത് പണ്ടെന്നോ വല്ല കള്ളസംഘവും അവിടെ കുഴിച്ചിട്ട് പോയതായിരിക്കണമെന്നുറപ്പ്.

ആ സ്വർണ്ണകുംഭം തന്റെ ഭാര്യ കാണാതെ വീട്ടിലെത്തിക്കാൻ കഴിയില്ല. അവൾ കണ്ടാൽ അതു നാട്ടിലൊക്കെ പാട്ടാകുമെന്നുറപ്പ്. താനെത്ര ഉപദേശിച്ചാലും അവളെത്ര ശ്രമിച്ചാലും അവൾക്കു രഹസ്യങ്ങൾ സൂക്ഷിക്കാൻ കഴിയില്ലെന്നു പലവട്ടം തെളിഞ്ഞതായിരുന്നു.

അവസാനം വിറകുവെട്ടി ഒരു പ്രതിവിധി കണ്ടുപിടിച്ചു. അതുപ്രകാരം വഴിയിലെ ഒരു മരത്തിൽ മത്തിയും അയിലയും കരിമീനും തൂക്കിയിട്ടു. എന്നിട്ട് വനാതിർത്തിയിലെ പുഴയ്ക്കു നടുവിലെ ഒരു പൊന്തയിൽ രണ്ടു മുയലുകളെയും കെട്ടിയിട്ടു.

ഭാര്യയെ വിളിച്ച് സ്വർണ്ണക്കുടം കാണിച്ചുകൊടുത്തു അക്കാര്യം ഒരിക്കലും പുറത്തു പറയരുതെന്ന് നിർദ്ദേശിച്ചു. അങ്ങനെയൊരു വിഡ്ഢിത്തം താനൊരിക്കലും ചെയ്യുകയില്ലെന്ന് അവൾ ശപഥം ചെയ്യുകയും ചെയ്തു.

തുടർന്ന് നിധിയുമായി അവർ കാനനമിറങ്ങാൻ തുടങ്ങി. വഴിയിൽവെച്ച് മത്സ്യങ്ങൾ വളരുന്ന മരത്തിനടുത്തെത്തിയപ്പോൾ വിറകുവെട്ടി അതിൽ കയറി ഒന്നുരണ്ടു മത്സ്യം

പറിച്ചെടുത്ത് താഴെയിറങ്ങി. പിന്നീട് പുഴ കടക്കാനെത്തിയപ്പോൾ വെള്ളത്തിനടിയിൽനിന്നും അയാൾക്കു രണ്ടു മുയലുകളെ കിട്ടുകയും ചെയ്തു. ഇതെല്ലാം തന്റെ ഭർത്താവൊരുക്കിയ നാടകമാണെന്ന് ആ പാവം സ്ത്രീ കരുതിയതേയില്ല. അങ്ങനെ നിധിപേടകവുമായി അവർ വീട്ടിൽ സുരക്ഷിതമായി തിരിച്ചെത്തി.

അപ്പോഴാണ് ഈ വിവരം തന്റെ അയൽക്കാരുമായി പങ്കുവെക്കാതെ ആ സ്ത്രീക്ക് ഇരിക്കപ്പൊറുതിയില്ലാതായത്. അതിനിടെ അവൾ കാണാതെ അയാൾ ആ കലം എവിടെയോ ഒളിപ്പിച്ചിരുന്നു. ഏതായാലും രണ്ടുമൂന്നു ദിവസം അങ്ങനെ കഴിഞ്ഞു.

അതിനടുത്ത ദിവസം വിറകുവെട്ടി കാട്ടിലേക്കു പോയ ഉടനെ ഭാര്യ അയൽപക്കത്തേക്കോടി. അവിടെ നാട്ടുകാരെയൊക്കെ വിളിച്ചുകൂട്ടി തന്റെ ഭർത്താവിന് സ്വർണ്ണകുംഭം ലഭിച്ച വിവരം പരസ്യമാക്കി. അതോടെ ആ വാർത്ത നാട്ടിലാകെ കാട്ടുതീ പോലെ പ്രചരിച്ചു. അവസാനം അതു അന്നാട്ടിലെ രാജാവിന്റെ കാതിലുമെത്തി.

നാട്ടിലെ നിധിയെല്ലാം രാജ്യത്തിന്റേതാണെന്നാണ് വെയ്പ്. അതിനാൽ വിവരമറിഞ്ഞയുടനെ നാടുവാഴിയും ഭടന്മാരും പരിവാരങ്ങളും അവിടെ ഓടിയെത്തി. അപ്പോഴേക്കും വിറകുവെട്ടിയും കാട്ടിൽനിന്നും തിരിച്ചെത്തിയിരുന്നു.

"നിങ്ങൾക്ക് കാട്ടിൽ നിന്നും നിധികുംഭം ലഭിച്ചുവോ?" നാടുവാഴി ഗൃഹനാഥനോട് ചോദിച്ചു. ഇല്ലെന്ന് അയാളുടെ മറുപടി. അതുകേട്ട് നിധി കിട്ടിയെന്നു പറഞ്ഞു ഭാര്യ മുന്നോട്ടുവന്നു.

"അതെപ്പോൾ?" ഒന്നുമറിയാത്തപോലെ വിറകുവെട്ടി ഭാര്യയെ ചോദ്യം ചെയ്തു.

"എല്ലാം ഇത്ര പെട്ടെന്ന് മറന്നോ? അന്ന് നമ്മൾ തിരിച്ചു പോരുമ്പോൾ വൃക്ഷത്തിൽനിന്നും മത്സ്യം കിട്ടിയില്ലേ? പുഴമദ്ധ്യത്തിൽനിന്നും മുയലിനെയും പിടിച്ചില്ലേ?" എന്ന് ആ മണ്ടിപ്പെണ്ണ്.

ഇതെല്ലാം കേട്ടുകൊണ്ടുനിന്ന നാടുവാഴി ഇവൾക്കു ഭ്രാന്താണെന്നും ഉടനെ ചികിത്സിക്കണമെന്നും പറഞ്ഞു വിറകുവെട്ടിക്ക് ഒരു സ്വർണ്ണനാണയം സമ്മാനമായി നൽകിയാണ് തിരിച്ചു പോയത്.

(റഷ്യൻ കഥ)

വേട്ടക്കാരനും ധ്രുവക്കരടിയും

ഒരിക്കൽ ഉത്തരധ്രുവപ്രദേശത്തെത്തിയ ഒരു വേട്ടക്കാരൻ അവിടെനിന്നും തന്ത്രത്തിൽ ഒരു ധ്രുവക്കരടിയെ പിടിച്ചു. ധ്രുവക്കരടികൾ ഭീമാകാരന്മാരാണെങ്കിലും സാധാരണ സൗമ്യ രായാണ് കാണപ്പെടുക. പക്ഷേ, പ്രകോപിപ്പിച്ചാൽ അവയുടെ മട്ടുമാറും.

കരടിയുടെ കഴുത്തിൽ കയറിട്ടു അയാൾ നാട്ടിലേക്കു തിരിച്ചു. അപൂർവ്വമായി മാത്രം കണ്ടുകിട്ടുന്ന ധ്രുവക്കരടികൾ വലിയ അത്ഭുതക്കാഴ്ചയാണ്. അതിനാൽ കരടിയെ രാജ്യത്തെ ഭരണാധികാരിയായ സാർ ചക്രവർത്തിക്ക് സമ്മാനിച്ചാൽ അദ്ദേഹം അതീവസന്തുഷ്ടനാവുക മാത്രമല്ല, തനിക്കു വിലയേറിയ സമ്മാനങ്ങൾ നൽകുകയും ചെയ്യും എന്നുള്ള ചിന്തയിലായിരുന്നു വേട്ടക്കാരൻ മുന്നോട്ടു നടന്നത്.

പക്ഷേ, വഴി കുറേയെത്തിയപ്പോൾ നേരം ഇരുട്ടി. മാത്രവുമല്ല, താൻ ഒരു വനത്തിലാണ് അകപ്പെട്ടിരിക്കുന്നതെന്നും നായാട്ടുകാരന് ബോദ്ധ്യമായി. അപ്പോഴാണ് അൽപം ദൂരെ ഒരു കുടിൽ കണ്ടത്. ഉടനെ ശിക്കാരി അങ്ങോട്ടു നടന്ന് കുടിലിന്റെ വാതിലിൽ മുട്ടി. ഈ കൊടുംശൈത്യരാവിൽ തല ചായ്ക്കാനൊരിടം കിട്ടിയില്ലെങ്കിൽ താൻ വിറങ്ങലിച്ച് മരിച്ചുപോകും.

കുടിലിന്റെ കതകു തുറന്നു പുറത്തുവന്ന ഗൃഹനാഥന് വേട്ടക്കാരനെയും കരടിയെയും കണ്ടപ്പോൾ കാര്യം മനസ്സിലായി.

"ഇന്നു രാത്രി നിങ്ങൾ രണ്ടുപേർക്കും ഇവിടെ കഴിയാം. പക്ഷേ, ഒരു പ്രശ്നമുണ്ട്. ഇന്നു രാത്രി ഈ വനത്തിലെ ട്രോളുകളുടെ (കുട്ടിച്ചാത്തന്മാർ) വാർഷികാഘോഷമാണ്. അതവർ കൊണ്ടാടുന്നതോ, അനേകവർഷങ്ങളായി എന്റെ ഈ വീട്ടിലും.

അതിനാൽ നിങ്ങൾ രണ്ടാൾക്കും ഒട്ടും സൈ്വരം കാണില്ല. കിടക്കണമെങ്കിൽ കുളിമുറിയല്ലാതെ മറ്റൊരു ഇടവുമില്ല.'' വീട്ടുടമ പറഞ്ഞു.

പ്രശ്നം ഗുരുതരമാണെങ്കിലും മറ്റൊരു പോംവഴിയില്ലാതെ ആഗതൻ അതിനു സമ്മതിച്ചു. എങ്കിലും ട്രോളുകളെ കരുതിയിരിക്കണം. വനങ്ങളിലും ഗുഹകളിലും ഭൂമിക്കടിയിലും മറ്റും കണ്ടുവരുന്ന കുട്ടിച്ചാത്തന്മാരാണ് ട്രോളുകൾ. പല അമാനുഷിക ശക്തികളുമുള്ള അവ കുട്ടികളെപ്പോലെ ഇരിക്കുമെങ്കിലും പലപ്പോഴും ഉപദ്രവകാരികളുമാണ്. അവസാനം രണ്ടും കൽപിച്ച് വേട്ടക്കാരനും ധ്രുവക്കരടിയും കുളിമുറിയിൽ കയറി ഉറങ്ങാൻ കിടന്നു.

സമയം അർദ്ധരാത്രിയാവുന്നതിനു മുമ്പേ ട്രോളുകൾ കൂട്ടത്തോടെ അങ്ങോട്ടു വന്നെത്താൻ തുടങ്ങി. തുടർന്നു അവയുടെ സംഗീതവും നൃത്തവും ബഹളവുംകൊണ്ടു വീടു നിറഞ്ഞു. അതിനിടയിൽ വികൃതികളായ ചില ട്രോളുകുഞ്ഞന്മാർ കരടിയുടെ വാലറ്റം പുറത്തുകണ്ട് അതൊരു കാട്ടുപൂച്ചയുടേതായിരിക്കുമെന്നു കരുതി അതിൽ പിടിച്ചുവലിച്ചു.

അതോടെ ഉറക്കത്തിൽ നിന്നുണരുകയും വേദന തോന്നുകയും ചെയ്ത കരടി കോപത്തോടെ എഴുന്നേറ്റു ഗർജ്ജിച്ചുകൊണ്ടു പുറത്തിറങ്ങി. അതു കണ്ടു ഭയന്നുവിറച്ച ട്രോളുകൾ ഒന്നൊഴിയാതെ അരനിമിഷംകൊണ്ട് സ്ഥലം കാലിയാക്കി. അടുത്ത പുലരിയിൽ വേട്ടക്കാരനും ധ്രുവക്കരടിയും തങ്ങളുടെ യാത്ര തുടരുകയും ചെയ്തു.

അടുത്ത വർഷവും ആഘോഷത്തിനു മുമ്പേ അന്വേഷണത്തിനായി ചില ട്രോളുകൾ ആ വീട്ടിലെത്തി. "ആ ഭീമൻപൂച്ച ഇപ്പോഴും ഇവിടെയുണ്ടോ?" അവ ചങ്കിടിപ്പോടെ ചോദിച്ചു.

"ഉണ്ടല്ലോ. അവൾ മാത്രമല്ല, അവളുടെ ഭീമാകാരന്മാരായ ഏഴു മക്കളും ഇപ്പോൾ ഇവിടെയുണ്ട്." ഗൃഹനാഥൻ അറിയിച്ചു.

അതു വിശ്വസിച്ച് ഭയന്നോടിയ ചാത്തന്മാർ പിന്നീടൊരിക്കലും വീട്ടുകാരനെ ശല്യപ്പെടുത്താൻ ആ വഴി വന്നില്ല.

(നോർവീജിയൻ കഥ)

വീട്ടുജോലി

ഒരിടത്തൊരു കർഷകനും ഭാര്യയും സന്തോഷപൂർവ്വം ജീവിക്കുകയായിരുന്നു. പക്ഷേ, ആ യുവദമ്പതികൾക്കിടയിൽ ഒരു പ്രശ്നം പൊങ്ങിവന്നു. തന്റെ ഭാര്യ വീട്ടുജോലികൾ നന്നായി ചെയ്തിരുന്നെങ്കിലും അയാൾ അവയിലൊക്കെ കുറ്റം കണ്ടുപിടിക്കാൻ തുടങ്ങി. പിന്നെപ്പിന്നെ അതു ശകാരവും പിണക്കവും കലഹവുമായി പരിണമിച്ചു. അവസാനം ഒരു ദിവസം നിവൃത്തിയില്ലാതെ ഭാര്യ പറഞ്ഞു:

"ഞാൻ ചെയ്യുന്നതൊന്നും ശരിയാകുന്നില്ലെന്നു തോന്നുന്നെങ്കിൽ ഒരു കാര്യം ചെയ്യാം. നാളെ മുതൽ ഞാൻ നിങ്ങൾക്കു പകരം വയലിൽപോയി കൃഷിപ്പണി ചെയ്യാം. അതിനു ബദലായി നിങ്ങൾ വീട്ടുപണികൾ ചെയ്തു ഇവിടെയിരുന്നാൽ മതി."

പറഞ്ഞതുപോലെ അവൾ അടുത്ത ദിവസം അതിരാവിലെ കാളയും കലപ്പയുമായി പാടത്തേക്കു പോയി. അൽപം കഴിഞ്ഞ് ഭർത്താവ് എഴുന്നേറ്റു നോക്കുമ്പോൾ പ്രാതൽപോലും തയ്യാറാക്കാതെ സഹധർമ്മിണി സ്ഥലം വിട്ടിരിക്കുന്നു. അതോടെ അയാൾക്കും വാശിയായി. താൻ സ്വയം ഭക്ഷണമുണ്ടാക്കി കഴിക്കും. ശേഷം വീടു വൃത്തിയാക്കുകയും പശുവിനെ അഴിച്ച് പുല്ലു തീറ്റാൻ കൊണ്ടുപോവുകയും പന്നിയെ കുളിപ്പിച്ച് കാടി കുടിപ്പിക്കുകയും ചെയ്യും. ഭാര്യ തിരിച്ചെത്തുമ്പോഴേക്കും ആവി പറക്കുന്ന സൂപ്പും റൊട്ടിയും സ്റ്റ്യൂവും തയ്യാറാക്കിവെക്കും.

പക്ഷേ, ആ യുവാവിനുണ്ടോ തീ പൂട്ടാനോ തേങ്ങയരയ്ക്കാനോ പാൽ കടയാനോ പശുവിനെ കറക്കാനോ അറിയുന്നു? അയാൾ മീൻ പൊരിച്ചത് കരിയായി. പപ്പടം ചുട്ടത്

വെണ്ണീറായി. കറിക്കരിഞ്ഞ് വിരൽ മുറിഞ്ഞു. കടുകുപൊട്ടി കണ്ണു ചുവന്നു. എണ്ണക്കുപ്പി അടുപ്പിലേക്കു മറിഞ്ഞ് മുഖം പൊള്ളി.

അതിനിടയിൽ കഴുതയും പന്നിയും സ്റ്റോർമുറിയിൽ കടന്ന് ചാക്കിലെ ഗോതമ്പുപൊടി തറയിൽ പരത്തി. വീഞ്ഞുഭരണി ഉന്തിപ്പൊട്ടിച്ചു. വാഴക്കുല കടിച്ചുപറിച്ചു നശിപ്പിച്ചു. അതേ സമയംതന്നെ പുള്ളിപ്പശു കയറുപൊട്ടിച്ച് അയൽവാസിയുടെ പച്ചക്കറിത്തോട്ടത്തിലേക്കു കയറി എല്ലാം ചവിട്ടിമെതിക്കാൻ തുടങ്ങി. അതു കണ്ടു കരഞ്ഞ ആ വീട്ടിലെ കുഞ്ഞിനെ ആട്ടിപ്പായിച്ചു. അതുകേട്ടു വന്ന വീട്ടുകാരിയെ കുത്തിയോടിച്ചു.

പക്ഷേ, ഇതൊന്നും ഗൃഹനാഥനായ ആ യുവാവ് അറിഞ്ഞിരുന്നില്ല. എന്നാൽ അയൽവീട്ടിൽനിന്നുള്ള നിലവിളിയും അട്ടഹാസവും കേട്ട് ധാരാളം ആളുകൾ അതിനകം അവിടെ തടിച്ചുകൂടിയിരുന്നു. അവരുടെയൊക്കെ മുഖം കണ്ടാലറിയാം രംഗം പന്തിയല്ലെന്ന്.

പാടത്തുപോയ ഭാര്യ തിരിച്ചുവരുമ്പോൾ ഇതായിരുന്നു വീട്ടിലെയും നാട്ടിലെയും അവസ്ഥ. നടന്നതെല്ലാം മനസ്സിലാക്കാൻ അവൾ ഒട്ടും സമയമെടുത്തില്ല. എല്ലാകഷ്ടനഷ്ടങ്ങൾക്കും പരിഹാരം കാണാനുള്ള വിവേകം ഉള്ളവളായിരുന്നല്ലോ ആ ഗൃഹനാഥ.

അതെന്തായാലും പിന്നീടാ വീട്ടിൽ സുഖവും സന്തോഷവുമായിരുന്നു. കാരണം, ശേഷമൊരിക്കലും അയാൾ തന്റെ ഭാര്യയുടെ കുറ്റം കാണാൻ ശ്രമിച്ചില്ല. പകരം എന്നും താൻ രാവിലെ വയലിൽ പോകും. പണി കഴിഞ്ഞ് വൈകുന്നേരം തിരിച്ചുവരും.

(നോർവീജിയൻ കഥ)

ഐകമത്യം

വിശന്നുവലഞ്ഞ ഒരു കുഞ്ഞനുറുമ്പ് ഒരിക്കൽ ഒരു അരിച്ചാക്കിൽ കയറി അതിനകത്തുനിന്നും പൊടിയും പൊട്ടുമൊക്കെ മൂക്കറ്റം വാരിവലിച്ചു തിന്നു. അതു കഴിഞ്ഞ് ഒരേമ്പക്കം വിട്ടു ചാക്കിൽനിന്നും പുറത്തിറങ്ങിയപ്പോഴാണ് തനിക്കു കലശലായ ദാഹമുണ്ടെന്നു കുഞ്ഞനുറുമ്പ് തിരിച്ചറിഞ്ഞത്.

പക്ഷേ, ആ ഇരുട്ടുമുറിയിൽ എങ്ങനെ കുടിനീർ ലഭിക്കും? അവസാനം ഗത്യന്തരമില്ലാതെ ഒരുതുള്ളി ദാഹജലം നൽകേണമേ എന്ന് ഉറുമ്പ് ഈശ്വരനോട് മുട്ടിപ്പായി യാചിച്ചതും ഒരു തുള്ളി തണ്ണീർ ഉയരങ്ങളിൽനിന്നും അവന്റെ മുന്നിൽ വന്നു വീണതും ഒന്നിച്ചായിരുന്നു.

അതു കുടിച്ച് ദാഹം തീർത്തപ്പോൾ ഉറുമ്പിനൊരു സംശയം. താൻ ദൈവത്തോട് അപേക്ഷിച്ചത് അത്രയൊന്നും പ്രതീക്ഷയില്ലാതെയായിരുന്നു. കാരണം, മാജിക്കും മായയുമൊക്കെ പ്രവർത്തിച്ച് ഭഗവാൻ ഇതിൽ കൂടുതൽ ദാരുണാവസരങ്ങളിൽ പോലും ആരുടെയും രക്ഷയ്ക്ക് പ്രത്യക്ഷമായെത്തിയ ചരിത്രമില്ല, അതിനാൽ തനിക്കു സംഭവിച്ചതെന്തു മറിമായം എന്നു കണ്ടുപിടിക്കാൻതന്നെ ആ കുഞ്ഞൻ നിശ്ചയിച്ചു.

അങ്ങനെയവൻ നടന്നുകയറിയെത്തിയത് ആ ഇരുട്ടിൽ മറഞ്ഞിരിക്കുന്ന ഒരു പെൺകുട്ടിയുടെ അടുത്തേക്കായിരുന്നു. അവിടമൊക്കെ പരതി നടന്നപ്പോൾ അവനൊരു കാര്യം മനസ്സിലായി. എന്തോ സങ്കടത്താൽ അവൾ തേങ്ങുകയാണ്. ആ സമയം അവളുടെ കണ്ണിൽനിന്നും ഉതിർന്നുവീഴുന്ന കണ്ണീർകണങ്ങളിൽ ഒന്നാണ് വെള്ളത്തുള്ളിയെന്നപോലെ അല്പം മുമ്പ് തന്റെ മുമ്പിൽ പതിച്ചത്.

തന്നെ മരണവക്ത്രത്തിൽനിന്നും രക്ഷപ്പെടുത്തി സഹായിച്ച വ്യക്തിയെ താനും തിരിച്ചു സഹായിക്കേണ്ടതുണ്ടല്ലോ. ആ ഉദ്ദേശ്യത്തോടെ അവൻ അവളുടെ ചെവിയിൽ കയറി ശോക കാരണം അന്വേഷിച്ചു.

“എന്നെ ഒരു കരിംഭൂതം മന്ത്രമുപയോഗിച്ച് ഈ മുറിയിൽ ബന്ധനസ്ഥനാക്കിയിരിക്കയാണ്. നാളെ വൈകുന്നേരം ആ ഭീകരൻ നടത്തുന്ന സൽക്കാരത്തിനുള്ള പ്രധാന വിഭവം ഞാനാണത്രെ. ആ ഭയാനക നിമിഷം ഓർത്താണ് ഞാൻ സങ്കട പ്പെട്ട് ഇരിക്കുന്നത്.” തന്റെ കരച്ചിലിനിടയിൽ അവൾ പറഞ്ഞൊ പ്പിച്ചു.

“അപ്പോൾ രക്ഷപ്പെടാൻ ഒരു വഴിയുമില്ലേ?” ഉറുമ്പ്.

“ഒരു വഴി മാത്രമുണ്ട്. പക്ഷേ, അതൊരു അസാദ്ധ്യ വഴി യാണ്. കാരണം, അയാൾ സ്വയം സൃഷ്ടിച്ചതാണല്ലോ മാർഗ്ഗ തടസ്സം.” അവൾ അറിയിച്ചു.

“എന്താണ് പ്രശ്നം?”

“അക്കാണുന്ന ധാന്യക്കൂമ്പാരത്തിലേക്കു നോക്കൂ. ഗോതമ്പും ചോളവും രാഗിയുമെല്ലാം കൂട്ടിക്കലർത്തി ആ സത്വം നിർമ്മിച്ചതാണത്. അതു മുഴുവൻ ഓരോ മണിയായെടുത്ത് വേറെ വേറെ തിരിച്ച് ചാക്കുകളിലാക്കണം. ഒരൊറ്റ മണിപോലും തെറ്റായ ചാക്കിൽ ഉൾപ്പെടാൻ പാടില്ല. അതു പൂർത്തിയായാൽ മാത്രമേ എന്റെ മോചനം സാദ്ധ്യമാകൂ.” പെൺകൊടി വെളി വാക്കി.

“ഞാൻ ചെയ്തുതരാം.” ഉറുമ്പ് സന്നദ്ധത അറിയിച്ചു. “പക്ഷേ, അതിനു ഒരു മാസമെടുക്കും.”

“അതിനുള്ള സമയമൊന്നുമില്ല. നാളെ രാവിലെ ദുർഭൂതം എത്തുന്നതിനു മുമ്പ് പണി തീർന്നിരിക്കണം. ഇല്ലെങ്കിൽ വിരു ന്നിന് അറുക്കാനായി അവനെന്നെത്തന്നെ കൊണ്ടുപോകും.” അവൾ നിലവിളിച്ചു.

അതുകേട്ട് ഉറുമ്പ് ചിന്തിച്ചു. അവസാനം അവനൊരു വഴി തുറന്നുകിട്ടി.

“അതു ഞങ്ങൾ ചെയ്തുതരാം.” എന്നു പറഞ്ഞ് കുഞ്ഞ നുറുമ്പ് സ്ഥലംവിട്ടു. അല്പസമയത്തിനകം അവൻ അനേകാ യിരം ഉറുമ്പുകളുമായി തിരിച്ചെത്തി.

ധാന്യങ്ങൾ ശേഖരിക്കുന്നതിലും കടത്തുന്നതിലും തരം തിരിച്ച് സൂക്ഷിച്ചുവെക്കുന്നതിലും അതിവിദഗ്ദ്ധരാണല്ലോ ഉറുമ്പുകൾ. അവയുടെ കൂനകൾ സന്ദർശിച്ചാൽ കൊല്ലങ്ങളായി കൂട്ടിവെച്ച തുലാക്കണക്കിന് നെല്ലും ഗോതമ്പുമൊക്കെ കാണാം.

അതെന്തായാലും അടുത്ത ദിനം പുലരുന്നതിനുമുമ്പുതന്നെ ഉറുമ്പുകൾ ധാന്യങ്ങൾ വേർതിരിച്ച് ചാക്കുകളിലാക്കി സ്ഥലം വിട്ടിരുന്നു.

ഭൂതത്താൻ തിരിച്ചെത്തിയപ്പോൾ ഈ രംഗമാണ് കണ്ടത്. താൻ അസാദ്ധ്യമാണെന്നു കരുതി നിശ്ചയിച്ച ദൗത്യം അവൾ നിഷ്പ്രയാസം സാധിച്ചിരിക്കുന്നു. അതോടെ ബാലിക സാധാരണക്കാരിയല്ലെന്നും അവളിൽ എന്തോ ദിവ്യശക്തി നിലകൊള്ളുന്നുണ്ടെന്നും അയാൾ ബോദ്ധ്യമായി.

അതിനാൽ ഇനിയും ഇവിടെ നിന്നാൽ അപകടം തനിക്കു തന്നെ എന്നുറപ്പിച്ച ഭീമൻ അവളെയുപേക്ഷിച്ച് ഓടെടാ ഓട്ടം. അതോടെ അവിടെ സൂക്ഷിച്ചിരുന്ന ധാന്യമൊക്കെ ആ പെൺകുട്ടിയും ഉറുമ്പുകളും പങ്കിട്ടെടുത്തു.

(റഷ്യൻ കഥ)

വികൃതിക്കുരങ്ങൻ

മദ്ധ്യകാലത്ത് മിലാൻ പട്ടണം ഭരിച്ചിരുന്നത് ശക്തനായ ഒരു പ്രഭുവായിരുന്നു. അദ്ദേഹം നഗരത്തിന്റെ ചുറ്റുമതിലിൽ ചുവർ ചിത്രങ്ങൾ വരയ്ക്കാനായി അറിയപ്പെടുന്ന ഒരു കലാകാരനെ ഏർപ്പാടാക്കി.

ഒട്ടും വൈകാതെ കലാകാരൻ തന്റെ ജോലി ആരംഭിക്കുകയും ചെയ്തു. നാലഞ്ചു ദിവസങ്ങൾകൊണ്ട് അയാൾ മതിലിന്റെ കുറേ ഭാഗങ്ങൾ പലതരം ചിത്രങ്ങൾകൊണ്ട് മനോഹരമാക്കി. അടുത്ത ദിവസം ജോലിക്കായി എത്തിയപ്പോൾ താൻ കണ്ട കാഴ്ച ചിത്രകാരനെ ഞെട്ടിച്ചുകളഞ്ഞു.

കഴിഞ്ഞ ദിവസങ്ങളിൽ താൻ ചെയ്തുതീർത്ത ഛായാചിത്രങ്ങളെല്ലാം ഭീകരമാംവിധം വികൃതമാക്കപ്പെട്ടിരിക്കുന്നു. പല മുഖങ്ങളും കോറിയിടുകയും പൂക്കളെയും പക്ഷികളെയും മാന്തിക്കീറുകയും ചെയ്തിരിക്കുന്നു. മിക്കയിടങ്ങളും പെയിന്റ് വാരിയെറിഞ്ഞ് വികൃതമാക്കിയിട്ടുണ്ട്.

ഈ ചെയ്തതെല്ലാം തന്റെ എതിരാളിയായ ഏതെങ്കിലും പെയിന്ററായിരിക്കുമെന്നതിൽ അയാൾക്കു സംശയമില്ലായിരുന്നു. ഉടനെത്തന്നെ അയാൾ പ്രഭുവിനെ ചെന്നുകണ്ടു സങ്കടം പറഞ്ഞു.

"ദുഃഖിക്കേണ്ട, നമുക്കുടനെ കുറ്റവാളിയെ കണ്ടുപിടിക്കാം." അതു പറഞ്ഞ് പ്രഭു ചിത്രകാരനെ തിരിച്ചയച്ചു. എന്നിട്ട് ഭടന്മാരെ വിളിച്ച് അപരാധിയെ കണ്ടെത്തി കൊണ്ടുവരാൻ ആജ്ഞ നൽകി.

അന്നു രാത്രി അവർ നഗരമതിലിനു പുറത്തുള്ള സുരക്ഷിതമായൊരു സ്ഥാനത്ത് ഒളിച്ചിരുന്ന് രംഗം വീക്ഷിക്കാൻ ആരംഭിച്ചു.

അവരുടെ പ്രതീക്ഷ തെറ്റിയില്ല. നേരം പാതിരാവോടടുക്കുമ്പോഴതാ ഒരുത്തൻ ഇരുട്ടിലൂടെ പതുങ്ങിവന്ന് മതിലിൽ ചാരിവെച്ചിരിക്കുന്ന മുളയേണിയിലൂടെ പെയിന്റിംഗ് നടന്ന ഭാഗത്തേക്കു കയറുന്നു.

അതുകണ്ട സൈനികർ ഒട്ടും അമാന്തിക്കാതെ അവനെ കയറെറിഞ്ഞു വീഴ്ത്തി വലയിലാക്കി പ്രഭുവിന്റെ മുമ്പിൽ ഹാജരാക്കി. വലയിലിരിക്കുന്ന കുറ്റവാളിയെ കണ്ട് പ്രഭു ആശ്ചര്യപ്പെട്ടു. കാരണം, അതു അദ്ദേഹം ലാളിച്ചു വളർത്തുന്ന തന്റെ സ്വന്തം കുരങ്ങനായിരുന്നു.

അതിനാൽ വാനരനെ ശിക്ഷിക്കാനോ തടവിലാക്കാനോ അല്ല അധിപൻ മുതിർന്നത്. പകരം അദ്ദേഹം ഇങ്ങനെ പ്രഖ്യാപിച്ചു:

“ഈ മർക്കടനു ചിത്രകലയിൽ നല്ല വാസനയുണ്ടെന്നു നമുക്കു ബോദ്ധ്യമായിരിക്കുന്നു. അതിനാൽ ഇവനു വരയ്ക്കാൻ വേണ്ട സാമഗ്രികളും ചിത്രമാതൃകകളും നാംതന്നെ നൽകുന്നതാണ്.”

അതു പറഞ്ഞ് പ്രഭു മിലാൻ നഗരം മുമ്പു ഭരിച്ചിരുന്ന തന്റെ പൂർവ്വികരുടെ എണ്ണച്ഛായ ചിത്രങ്ങൾ കുരങ്ങന്റെ മുമ്പിൽ വെച്ചുകൊടുത്തു. കുരങ്ങന്മാർ അനുകരിക്കാൻ വലിയ മിടുക്കന്മാരാണല്ലോ. അതുകൊണ്ട് ആ പടങ്ങൾ നോക്കി വരയ്ക്കാൻ വേണ്ട ക്യാൻവാസും ചായക്കൂട്ടുകളും അദ്ദേഹം ആ വാനരനു നൽകി.

പക്ഷേ, കുരങ്ങന്മാർ വലിയ വികൃതികളാണെന്ന കാര്യം അധികാരി ഓർത്തില്ല. ഒരു ചിത്രം അനുകരിച്ചു വരയ്ക്കുന്നതിനു പകരം ആ മർക്കടൻ പ്രഭുവിന്റെ മുൻഗാമികളുടെ അത്യപൂർവ്വ പടങ്ങളെല്ലാം കുത്തിവരച്ചും മാന്തിക്കീറിയും അലങ്കോലമാക്കി. അതെല്ലാം കഴിഞ്ഞേ തന്റെ സ്വന്തം കുരങ്ങന്റെ കൗശലം കാണാൻ അദ്ദേഹം അവിടെ എത്തിയുള്ളൂ.

(ഇറ്റാലിയൻ കഥ)

ഒട്ടകവും കടുവയും

എത്ര കഠിനാദ്ധ്വാനം ചെയ്തിട്ടും ഒട്ടകത്തിന് ഒട്ടും സമാധാനം ലഭിച്ചിരുന്നില്ല. ഒട്ടകത്തിന്റെ മുതലാളി ക്രൂരനും ദയാവായ്പില്ലാത്തവനുമായതാണ് കാരണം.

അവസാനം, പറഞ്ഞ പണിയെല്ലാമെടുത്തിട്ടും പല ദിവസം പട്ടിണിയായപ്പോൾ ആ ഒട്ടകം അതിനുമുമ്പ് ആരും ചിന്തിക്കാത്ത ഒരു കാര്യം ചെയ്തു. ഒരു രാത്രിയിൽ അവൻ ഒളിച്ചോടി ദൂരെയുള്ള ഒരു മരുപ്പച്ചയുടെ അതിർത്തിയിലെത്തി.

ഒരു വനത്തോട് ചേർന്നുകിടക്കുന്ന ജനവാസമില്ലാത്ത സ്ഥലമായിരുന്നു അത്. കഴിക്കാൻ വേണ്ടത്ര പച്ചപ്പുല്ലും കവിഞ്ഞൊഴുകുന്ന നീരുറവകളും തണ്ണീർക്കയങ്ങളും. എന്തുകൊണ്ടും സമൃദ്ധിയിലും സന്തോഷത്തിലും ഒട്ടകം അവിടെ അലസജീവിതം നയിച്ചു.

അടുത്തുള്ള വനത്തിൽ അനേകം കാട്ടുമൃഗങ്ങൾ ഉണ്ടായിരുന്നു. കാട്ടുകുതിരയും കാട്ടുപോത്തും മാനും മറ്റും. വനാതിർത്തിയിലെ മരുപ്പച്ചയിൽ ഒരു വീട്ടുമൃഗം ഒളിച്ചോടി വന്നിരിക്കുന്നെന്നു കേട്ട് അവയെല്ലാം അത്ഭുതപ്പെട്ടു. പിന്നെ, സംശയിച്ചു. അവസാനം സന്തോഷിച്ചു.

ഒരു മൃഗം മനുഷ്യന്റെ അടിമത്തത്തിൽനിന്നും മർദ്ദനത്തിൽനിന്നും രക്ഷപ്പെട്ടതിലായിരുന്നു അവർക്കെല്ലാം ആശ്വാസം. അതിനാൽ ഒട്ടകത്തെക്കണ്ട് പിന്തുണ അറിയിക്കാനും അഭിവാദ്യമർപ്പിക്കാനുമായി അവ ഓരോരുത്തരായി മരുപ്പച്ചയിലെത്തി. അവരെല്ലാം കുറേ ദിവസം ഒട്ടകത്തിന്റെകൂടെ താമസിച്ച്

വിവരങ്ങളന്വേഷിച്ച് തിരിച്ചുപോയി. പിന്നെപ്പിന്നെ ആരും അങ്ങോട്ടു വരാതെയായി.

അപ്പോഴാണ് താൻ ഉണ്ടും ഉറങ്ങിയും കഴിഞ്ഞിരുന്ന വൃക്ഷച്ചുവടു വിട്ടു ഒട്ടകം അപ്പുറത്തേക്കിറങ്ങി നോക്കിയത്. അവിടെക്കണ്ട കാഴ്ച ഒട്ടകത്തെ ഭയപ്പെടുത്തി. താൻ വരുമ്പോൾ പച്ചപിടിച്ചുനിന്നിരുന്ന ഭാഗങ്ങളൊക്കെ ഇപ്പോൾ ഉണങ്ങിവരണ്ടിരിക്കുന്നു. തൃണസമൃദ്ധമായിരുന്നിടത്തെല്ലാം മണ്ണും മണലുമല്ലാതെ മറ്റൊന്നുമില്ല.

“ഇങ്ങനെ പോയാൽ രണ്ടു ദിവസത്തിനകം തന്റെ ആഹാരം തീരും.” ഒട്ടകം ആത്മഗതം ചെയ്തു.

“ഇങ്ങനെ പോയാൽ നീ രണ്ടു ദിവസത്തിനകം കടുവയുടെ ആഹാരമായി മാറും.” അതു പറഞ്ഞത് പൊടുന്നനെ അവിടെയെത്തിയ കുറുക്കനായിരുന്നു. “വനത്തിലുള്ള വരയൻകടുവ മരുപ്പച്ചയിൽ ഒറ്റയ്ക്കു താമസിക്കുന്ന തടിയൻ ഒട്ടകത്തെക്കുറിച്ചു കേട്ടിരുന്നു. അതിനാൽ ഒന്നുരണ്ടു ദിവസത്തിനകം അവൻ ഇവിടെ വരാൻ സാദ്ധ്യതയുണ്ട്.” കുറുക്കൻ താക്കീത് ചെയ്തു.

അതുകേട്ട ഒട്ടകം പേടിച്ചു. ഒരു ഒട്ടകത്തിനു ജീവിക്കാൻ ഭക്ഷണവും കൂടെ അതിജീവനത്തിനു സംരക്ഷണവും വേണം. അവ രണ്ടും ഒന്നിച്ചു നൽകാൻ ഒരു യജമാനനേ കഴിയൂ, ആ സാധു മൃഗം പശ്ചാത്താപത്തോടെ ഓർത്തു.

പിന്നീടവൻ അമാന്തിച്ചില്ല. ഒട്ടും സംശയിക്കാതെ തന്റെ ഉടമസ്ഥന്റെ വീടു ലക്ഷ്യമാക്കി തിരിച്ചുനടന്നു.

(അറേബ്യൻ ചൊൽക്കഥ)

അറബിയും കുറുക്കനും

ഒരു അറബിക്ക് ശക്തനും ധൈര്യശാലിയുമായ ഒരു കുതിര യുണ്ടായിരുന്നു. സമയം കിട്ടുമ്പോഴെല്ലാം അറബി തന്റെ കുതിര യുമായി ഊരു ചുറ്റും. കാലം കഴിയവേ കുതിരയുടെ ശക്തി കുറഞ്ഞു. ദീർഘയാത്രകളിൽ യജമാനനെ വഹിച്ചോടാനുള്ള ശക്തി ക്ഷയിച്ചു.

അറബി ഒരു തീരുമാനമെടുത്തു. കുതിരയെ അറിയിച്ചു.

"നിനക്കിപ്പോൾ പ്രായമേറെയായി. നിന്റെ കരുത്തു ചോർന്നു പോയി. എന്നെയും ചുമന്ന് ലോകം ചുറ്റാൻ നിനക്കു കഴിയു മെന്നു തോന്നുന്നില്ല. അതിനാൽ നിനക്ക് പോകാം." ഇതു പറഞ്ഞ് ഉടമസ്ഥൻ അശ്വത്തെ പുറത്താക്കി.

കുതിര അവിടെ കുറച്ചുനേരം കരഞ്ഞുകൊണ്ടു നിന്നു. അതുകണ്ട് അറബി പറഞ്ഞു:

"ശരി, ഒരു കാര്യം ചെയ്യാം. എന്നു നിനക്ക് ഒരു സിംഹ ത്തിന്റെ ശക്തി ലഭിക്കുന്നോ, അന്നു നിനക്കു തിരിച്ചുവരാം."

അതു വെറുമൊരു പാഴ്വാക്കായേ കുതിര ധരിച്ചുള്ളൂ. അവ സാനം ഗത്യന്തരമില്ലാതെ അവൻ നിരത്തിലേക്കിറങ്ങി നടന്നു. കുറേദൂരം ചെന്നപ്പോൾ ഒരു കാടിനടുത്തെത്തി. അപ്പോഴുണ്ട് ഒരു കുറുക്കൻ കുതിരയുടെ നേരെ വരുന്നു. അശ്വത്തിന്റെ മുഖം വാടിയിരിക്കുന്നതു കണ്ട് കുറുക്കൻ കാരണമന്വേഷിച്ചു. മറു പടിയായി കുതിര നടന്നതൊക്കെ കുറുക്കനോട് പറഞ്ഞു.

കുറുക്കനു സഹതാപം തോന്നി. വലിയ സൂത്രശാലിയാണെ ങ്കിലും ഒരു സഹജീവിയെ ആപത്തിൽനിന്നും രക്ഷിക്കേണ്ടത് തന്റെ കടമയായി അവനു തോന്നി. അവൻ ഒരു പദ്ധതി തയ്യാറാക്കി.

“സഹോദരാ, ഒട്ടും ഭയക്കേണ്ടതില്ല. ഞാൻ പറയുന്നതു പോലെ ചെയ്യുക. ഈ പൊന്തയ്ക്കരികിലായി ചത്തതുമാതിരി കിടക്കുക. ബാക്കിയൊക്കെ എനിക്കു വിടുക. എല്ലാം ശുഭമായി കലാശിക്കും.” കുറുക്കൻ നിർദ്ദേശിച്ചതു പ്രകാരം കുതിര അവിടെ മൃതാവസ്ഥയിൽ കിടന്നു.

കുറുക്കൻ കാട്ടിലേക്കോടി സിംഹത്തെ കണ്ടു. “മൃഗരാജൻ, അങ്ങേക്കൊരു സന്തോഷവാർത്ത. ഏതോ വീട്ടിൽനിന്നും ഒളി ച്ചോടിപ്പോന്ന ഒരു തടിയൻ കുതിര വനാതിർത്തിയിൽ ചത്തു കിടക്കുന്നുണ്ട്. ഇപ്പോൾ ചെന്നാൽ അതിനെ ചൂടോടെ തിന്നാം.” കുറുക്കൻ പ്രലോഭിപ്പിച്ചു.

“പക്ഷേ, ഒരു തടിയൻ കുതിരയെ കടിച്ചുവലിച്ചു കൊണ്ടുവരു ന്നത് അത്ര എളുപ്പമല്ല.” സിംഹം എതിർത്തു.

“അതിനൊരു മാർഗ്ഗമുണ്ട്. അങ്ങയുടെ വാൽ ഞാൻ ഒരു കയറുകൊണ്ട് കുതിരയുമായി കെട്ടിത്തരാം. അപ്പോൾ അവനെ വലിച്ചിഴച്ചാൽ മതിയല്ലോ.” അതു സിംഹത്തിനും സ്വീകാര്യ മായിത്തോന്നി.

അങ്ങനെ കുറുക്കൻ സിംഹത്തെ മരണം നടിച്ചു കിടക്കുന്ന കുതിരയുടെ അടുത്തെത്തിച്ച് രണ്ടുപേരെയും ബന്ധിച്ചു. ഉടനെ ത്തന്നെ കുതിരയോട് ‘ഓടടാ നിന്റെ വീട്ടിലേക്ക്’ എന്നൊരു ആജ്ഞയും നൽകി. അതു കേൾക്കേണ്ട താമസം കുതിര മൃഗ രാജനെയും വലിച്ചുകൊണ്ട് യജമാനന്റെ മുമ്പിലെത്തി.

തന്റെ മുന്നിൽ ഒരു സിംഹം അവശനായി കിടക്കുന്ന വിസ്മയദൃശ്യം കണ്ട് അറബി അമ്പരന്നു. കുതിര ശക്തി നേടുക മാത്രമല്ല, ആ മൃഗത്തെ തോൽപിക്കുകകൂടി ചെയ്തിരിക്കുന്നു.

“സബാഷ്, നീ തന്നെ യഥാർത്ഥ ശക്തിശാലിയും ധൈര്യ വാനും. ഇനിയും മരണംവരെ നീ എന്റെ കൂടെ ഈ ലായത്തിൽ കഴിഞ്ഞാൽ മതി.” അറബി ആദരപൂർവ്വം തന്റെ അശ്വത്തെ ആലയിലേക്കാനയിച്ചു.

(അറേബ്യൻ ചൊൽക്കഥ)

പറക്കുംപെട്ടി

ഗ്രാമത്തിലെ ഒരു യുവാവിന് ഒരിക്കൽ തന്റെ വീട്ടിന്റെ അട്ടത്തു നിന്നും പഴയ ഒരു ഇരുമ്പുപെട്ടി കിട്ടി. അതു കണ്ടപ്പോൾ അവന്റെ മുത്തശ്ശി പറഞ്ഞു:

"ഓ, ഈ തകരപ്പെട്ടി പണ്ടെന്നോ കാണാതായതാണ്. ഇതിനെന്തോ മാന്ത്രികശക്തിയുണ്ടെന്ന് എന്റെ വല്യപ്പൂപ്പൻ പറയാറുണ്ടായിരുന്നു."

അതുകേട്ട യുവാവ് പല പരീക്ഷണ നിരീക്ഷണങ്ങൾക്കും ശേഷം പെട്ടിക്കു പറക്കാൻ കഴിയുമെന്ന് കണ്ടുപിടിച്ചു. അങ്ങനെ ഒരു ദിവസം അവൻ പേടകത്തിൽ കയറി ഏതോ പൗരസ്ത്യ രാജ്യത്തെ ലക്ഷ്യമാക്കി പറന്നു. അവിടുത്തെ തലസ്ഥാന നഗരിയിലിറങ്ങിയ അവൻ നാട്ടുകാരിൽനിന്നും ഒരു വിചിത്ര വിവരമറിഞ്ഞു.

വിവാഹപ്രായമെത്തിയ അവിടത്തെ രാജകുമാരിയെ ശക്തമായ കാവലുള്ള ഒരു കോട്ടയിലെ അത്യുന്നതമായ ഗോപുരത്തിനു മുകളിലുള്ള മുറിയിൽ പിതാവ് ബന്ധിച്ചിരിക്കുന്നു. അവളെ അവിടെനിന്നും രക്ഷിച്ചുകൊണ്ടുവരുന്ന വീരശൂരപരാക്രമിക്ക് അവളെ വിവാഹം ചെയ്തുകൊടുക്കും.

അതുകേട്ട ഗ്രാമീണൻ സമയം കളയാതെ തന്റെ പെട്ടിയിൽ കയറി ഗോപുരത്തിന്റെ മുകളിലേക്കു പറന്നു. ഒരു പറക്കുംതളികയുള്ളവനെ ഏതു പട്ടാളത്തിനാണ് പിടിച്ചുനിർത്താൻ കഴിയുക?

സുന്ദരിയായ രാജകുമാരിക്കും സാഹസികനായ ചെറുപ്പക്കാരനും ഒറ്റനോട്ടത്തിൽത്തന്നെ പരസ്പരം ഇഷ്ടമായി.

"എങ്കിൽ ഞാൻ പോയി നമ്മുടെ പരിണയത്തിനുള്ള സജ്ജീകരണങ്ങൾ നടത്തിയിട്ടു വരാം" എന്നു പറഞ്ഞ് അവൻ താഴെ

കൊട്ടാരത്തിലേക്കു പറന്നു വിവരം രാജാവിനെയും രാജ്ഞിയെയും അറിയിച്ചു. ആ പരദേശിയുമായുള്ള തങ്ങളുടെ പുത്രിയുടെ വിവാഹത്തിൽ രാജകുടുംബത്തിനും എതിർപ്പുണ്ടായിരുന്നില്ല.

ഇരുവരുടെയും കല്യാണത്തിനുള്ള ഒരുക്കങ്ങൾ തകൃതിയായി തുടങ്ങി. ആഘോഷങ്ങളുടെ ഭാഗമായി ഒരു ദിവസം കൊട്ടാരമൈതാനത്ത് കരിമരുന്നുപ്രയോഗം ഉണ്ടായിരുന്നു. ഒരു പടക്കം പോലുമില്ലാത്ത നാട്ടിൽനിന്നും വരുന്ന ആ പരദേശിക്ക് അമിട്ടും കതിനവെടിയുമെല്ലാം തികഞ്ഞ വിസ്മയമായി. അതിനാൽ മണിക്കൂറുകൾ നീണ്ട സ്ഫോടന പരമ്പരകൾ അതിശയത്തോടെ ആസ്വദിച്ചതിനു ശേഷം അവൻ തന്റെ യാനം സൂക്ഷിച്ച ദിക്കിലെത്തിയപ്പോൾ കണ്ട കാഴ്ച തികച്ചും ഹൃദയഭേദകമായിരുന്നു.

ഏതോ അമിട്ട് ആകാശത്തുവെച്ച് പൊട്ടാതെ യുവാവിന്റെ പെട്ടിയിൽ വീണപ്പോൾ അതു പൊടുന്നനെ പൊട്ടിത്തെറിച്ച് അവന്റെ വാഹനത്തെ ഛിന്നഭിന്നമാക്കി. അതു കണ്ടു അവന്റെ കിനാവുകളെല്ലാം തകർന്നു.

അവന്റെ കാര്യം വിടാം. പരദേശിയായ തന്റെ പ്രതിശ്രുതവരൻ തന്നെ കൂട്ടാനായി ഇന്നുവരും, നാളെവരും എന്ന പ്രതീക്ഷയിൽ രാജകുമാരി ഇപ്പോഴും അവന്റെ പറക്കുംപെട്ടിയും കാത്ത് നോക്കെത്താ ദൂരത്ത് കണ്ണും നട്ടിരിക്കയാണ്. അതു വെന്തുവെണ്ണീറായതൊന്നും ആ മോഹനാംഗി അറിഞ്ഞിട്ടില്ലല്ലോ.

(ആൻഡേഴ്സൺ)

പൂവനും കുറുക്കനും

ഒരു കൃഷിക്കാരനു ചുവന്നു തടിച്ചൊരു പൂവൻകോഴിയും വെളുത്തു മെലിഞ്ഞൊരു പ്രാവും ഉണ്ടായിരുന്നു. ഇരുവരും നല്ല കൂട്ടുകാരായിരുന്നതിനാൽ അവർ യജമാനന്റെ മുറ്റത്തും തൊടിയിലും പാട്ടു പാടിയും കഥ പറഞ്ഞും കറങ്ങി നടക്കും.

അപ്പുറത്തെ കുറ്റിക്കാട്ടിലെ കള്ളക്കുറുക്കൻ ഇതെല്ലാം കാണുന്നുണ്ടെന്നവർക്ക് അറിയാമായിരുന്നില്ല. ഒരു ദിവസം ഇന്നു കോഴിയെ പിടിച്ചേ തിരിച്ചുവരൂ എന്ന ദൃഢപ്രതിജ്ഞയുമായാണ് കുറുക്കൻ മാളം വിട്ടത്. അതിനു മുമ്പ് താൻ മടങ്ങിയെത്തുമ്പോഴേക്കും അടുപ്പത്ത് വെള്ളം തിളപ്പിക്കാൻ അവൻ കുറുക്കത്തിയോട് നിർദ്ദേശിച്ചിരുന്നു.

കുറുക്കന്റെ ഭാഗ്യത്തിന് അന്ന് അവൻ ആഗ്രഹിച്ചതു നടന്നു. കോഴിയെ പിടിച്ച് ഒരു ചാക്കിലാക്കി കുറുക്കൻ കുറ്റിക്കാട്ടിലേക്കു മടങ്ങുന്നതു മരച്ചില്ലയിലിരിക്കുന്ന പ്രാവ് ഭയത്തോടെ കണ്ടു. ഉടനെ മനഃസാന്നിദ്ധ്യം വീണ്ടെടുത്ത അവൾ കുറുക്കന്റെ വഴിയിൽ അൽപം മുന്നിലായി ചിറകൊടിഞ്ഞതുപോലെ കിടന്നു.

അതു കണ്ടു സന്തുഷ്ടനായ കുറുക്കൻ തനിക്കിന്നു കോളടിച്ചല്ലോ എന്നാലോചിച്ചും രാവിലെ കണി കണ്ടവനെ സ്തുതിച്ചും കോഴിച്ചാക്ക് വഴിയരികെ വെച്ച് പ്രാവിനുനേരെ കുതിച്ചു. പക്ഷേ, അതിനകം ആ വിരുതൻ പക്ഷി അല്പംകൂടി മുന്നോട്ടു പറന്നു ദൂരെ വഴിയിൽ വീണിരുന്നു. ഇതു പല പ്രാവശ്യം ആവർത്തിച്ചപ്പോൾ കുറുക്കൻ കോഴിയിരുന്ന സ്ഥലത്തുനിന്നും ദൂരെയെത്തുകയും അതു മനസ്സിലാക്കിയ കോഴി ചാക്കിനു പുറത്തുകടന്നു രക്ഷപ്പെടുകയും ചെയ്തിരുന്നു.

ദൂരെനിന്നാണെങ്കിലും ഇതെല്ലാം പ്രാവ് കാണുന്നുണ്ടായിരുന്നു. തന്റെ മിത്രം സുരക്ഷിതസ്ഥാനത്തെത്തിയെന്നുറപ്പായപ്പോൾ പ്രാവ് ഒരു മരച്ചില്ലയിലേക്കു പറന്നു. അപ്പോഴാണ് ആ പക്ഷി തന്നെ കളിപ്പിക്കുകയായിരുന്നെന്ന് കുറുക്കനു മനസ്സിലായത്.

അതുകൊണ്ടൊന്നും നിരാശനാകാതെ അവൻ കോഴിച്ചാക്ക് വെച്ച സ്ഥലത്തേക്കു മടങ്ങി. അതിനകം പൂവൻ രക്ഷപ്പെട്ടെന്നും പകരം ചാക്കിലുള്ളത് അവൻ എടുത്തുവെച്ച ഒരു കല്ലാണെന്നും ആ സൂത്രശാലിക്കു അറിയാമായിരുന്നില്ല.

അതിനാൽ കോഴിയാണെന്നു കരുതി കല്ലുചാക്കും വഹിച്ച് കുറുക്കച്ചൻ തന്റെ മാളത്തിലെത്തി. അവിടെയതാ അപ്പുറത്തെ ചെമ്പിൽ വെള്ളം വെട്ടിത്തിളയ്ക്കുന്നു. അതുകണ്ടു അമാന്തിക്കാതെ അവൻ ചാക്ക് അതേപടി ചെമ്പിലേക്കെറിഞ്ഞു.

കല്ല് ചെമ്പിൽ ചെന്നുവീണപ്പോൾ അതിലെ തിളയ്ക്കുന്ന ജലം അപ്പാടെ അവന്റെയും ശ്രീമതിയുടെയും മുഖത്തും ദേഹത്തുമാണ് വീണത്.

(റഷ്യൻ നാടോടിക്കഥ)

ബുദ്ധിശൂന്യൻ

പണ്ടുപണ്ടൊരു രാജാവിന് ഒരു പൊന്നോമനപുത്രനുണ്ടായിരുന്നു. പഠിത്തത്തിലും പരിശീലനത്തിലുമൊന്നും ഒട്ടും ശ്രദ്ധയില്ലാത്ത ബാലൻ കാട്ടിലും തോട്ടിലുമൊക്കെ അലഞ്ഞു നടക്കും. അതുകണ്ട് രാജാവിനെന്നും മനഃസ്താപമായിരുന്നു.

"രാജ്യത്തെ വിദഗ്ദ്ധരായ വാദ്ധ്യാന്മാരെ വിളിപ്പിച്ച് അവന് അദ്ധ്യയനം നൽകുക. അതുകൊണ്ട് അവന് മാറ്റമുണ്ടായെന്നു വരും." രാജഗുരു മന്നനെ ഉപദേശിച്ചു.

രാജാവ് അപ്രകാരം ചെയ്തു. മഹാപണ്ഡിതരായ അദ്ധ്യാപകരുടെ കീഴിൽ പഠനം നടത്തിയ അവൻ ചുരുങ്ങിയ കാലം കൊണ്ട് വളരെയധികം അറിവു നേടി. അതുകണ്ട് മഹാരാജാവ് രാജുഗുരുവിനെ വിളിച്ച് കുമാരന്റെ കഴിവുകൾ വിലയിരുത്താനാവശ്യപ്പെട്ടു.

അപ്രകാരം അദ്ദേഹം ചോദിച്ച ചോദ്യങ്ങളിൽ മിക്കതിനും അവൻ ഉചിതമായ ഉത്തരങ്ങൾ നൽകുകയും താൻ തികഞ്ഞ പണ്ഡിതനാണെന്നു സമർത്ഥിക്കാൻ ശ്രമിക്കുകയും ചെയ്തു. അതുകണ്ട് പിതാവായ നൃപനും സന്തുഷ്ടനായി.

"പക്ഷേ, ഇതുകൊണ്ടു തീർന്നില്ല, മഹാരാജ്. കുമാരൻ ഭൂതവും വർത്തമാനവുമെല്ലാം നന്നായി മനസ്സിലാക്കിയിരിക്കുന്നു. അവയെല്ലാം പഠിപ്പിക്കാവുന്ന വസ്തുതകളാണ്. എന്നാൽ ഭാവി അങ്ങനെയല്ല. അത് ഓരോരുത്തരും സ്വന്തം മേധാശക്തിക്കും യുക്തിക്കും അനുസരിച്ച് കണ്ടുപിടിക്കേണ്ടതാണ്. അതിനാൽ കുമാരനെ അക്കാര്യത്തിൽ പരീക്ഷിക്കാൻ അനുമതി നൽകേണ്ടതുണ്ട്." രാജഗുരുവിന്റെ അഭ്യർത്ഥന രാജാവ് അംഗീകരിച്ചു.

അങ്ങനെ രാജസദസ്യരുടെ മുമ്പാകെ വെച്ച് രാജകുമാരനെ പരീക്ഷിക്കാനുള്ള വേദിയൊരുങ്ങി. നിശ്ചിത ദിവസം രാജഗുരുവും കുമാരനും എല്ലാവരുടെയും മുന്നിൽ ഹാജരായി.

രാജഗുരു തന്റെ ഉള്ളംകയ്യിൽ ചെറിയ എന്തോ ഒരു വസ്തു മറച്ചു പിടിച്ചിരുന്നു. അത് അദ്ദേഹം കുമാരനൊഴികെ മറ്റെല്ലാവർക്കും കാണിച്ചുകൊടുക്കുകയും ചെയ്തു. തുടർന്ന് തന്റെ കൈവെള്ളയിൽ എന്താണുള്ളതെന്ന് മഹാഗുരു അവനോടു ചോദിച്ചു.

കുറേ നേരം ആലോചിച്ചതിനു ശേഷം അവൻ മറുപടി പറയാൻ തുടങ്ങി:

"അത് കറുത്ത നിറമുള്ള വസ്തുവാണ്." ഉത്തരം ശരിയായിരുന്നു.

"അതിനു നല്ല കട്ടിയും കനവും ബലവുമുണ്ട്." ആ പ്രവചനവും തെറ്റിയില്ല. അതോടെ കുമാരൻ ഒരു ബുദ്ധിമാൻതന്നെയെന്ന് ദർബാരികൾക്കെല്ലാം തോന്നാൻ തുടങ്ങി.

"അതിന്റെ ആകൃതി ദീർഘചതുരവും അതു പരന്നതുമാണ്." ഈ ഉത്തരവും ശരിയായതു കണ്ട് മഹാരാജാവും വല്ലാതെ ആശ്വസിച്ചു. ഒരുപക്ഷേ തന്റെ പുത്രൻ ഇതോടെ ധിഷണാശാലിയും ജ്ഞാനിയുമായിരിക്കുന്നു.

"മേൽ ലക്ഷണങ്ങൾ പ്രകാരം നോക്കുകയാണെങ്കിൽ രാജഗുരു തന്റെ മുഷ്ടിയിൽ മറച്ചുവെച്ചിരിക്കുന്നത് അമ്മി എന്ന അരക്കല്ലാണ്. കാരണം കറുത്തതും കൂടെ കട്ടിയും ബലവും ഉള്ളതുമായ കരിങ്കല്ലുകൊണ്ട് ദീർഘചതുരാകൃതിയിൽ നിർമ്മിച്ചതാണല്ലോ അമ്മി." രാജപുത്രൻ വിശദീകരിച്ചു.

അതുകേട്ട് രാജസദസ്യർ മുഴുക്കെ അവന്റെ വങ്കത്തത്തിൽ പൊട്ടിപ്പൊട്ടിച്ചിരിച്ചു. ഒരു മനുഷ്യന് എടുത്തുപൊക്കാൻതന്നെ പ്രയാസമായ അമ്മി ആർക്കെങ്കിലും ഉള്ളംകയ്യിൽ ഒതുക്കിപ്പിടിക്കാൻ കഴിയുമോ?

അപ്പോൾപ്പിന്നെ എന്തായിരുന്നു രാജഗുരു മറച്ചുപിടിച്ചത്? ഒരു ചെറിയ കരിങ്കൽ കഷ്ണം.

(പാക്കിസ്താൻ നാടോടിക്കഥ)

രാജാവും കുരങ്ങും

കഠിനാദ്ധ്വാനിയും സത്യസന്ധനുമായ ഒരു കൃഷിക്കാരനുണ്ടായിരുന്നു. പ്രഭാതം മുതൽ പ്രദോഷം വരെ അയാൾ തന്റെ തോട്ടത്തിലായിരിക്കും. അവിടെ വിളയുന്ന പഴങ്ങളും വളരുന്ന പച്ചക്കറികളുമെല്ലാം ഏറെ നല്ലതുമായിരുന്നു. അതുകൊണ്ട് നാട്ടിലെങ്ങും അയാൾ പ്രശസ്തനായി.

ക്രമേണ തോട്ടത്തിന്റെ പ്രസിദ്ധി രാജകൊട്ടാരത്തിലുമെത്തി. രാജാവ് കർഷകനെ വിളിച്ച് അരമനയിലേക്കു വേണ്ട പഴം-പച്ചക്കറികൾക്കുള്ള കരാർ അയാൾക്കു നൽകി. ആ കല്പനയിൽ കൃഷിക്കാരനും സന്തുഷ്ടനായിരുന്നു. കാരണം, നാട്ടുകാർ നൽകുന്നതിന്റെ ഇരട്ടി വില രാജധാനിയിൽനിന്നും ലഭിക്കും.

അങ്ങനെയിരിക്കെയാണ് വിശന്നു പൊരിഞ്ഞ് കായും കിഴങ്ങും അന്വേഷിച്ചു നടന്നിരുന്ന ഒരു മുയൽ കൃഷിക്കാരന്റെ തോട്ടം കണ്ടുപിടിച്ചത്. അവിടുത്തെ ഐശ്വര്യം കണ്ട് ആശ്ചര്യപ്പെട്ട മുയൽ തോട്ടത്തിന്റെ ആരും കാണാത്ത ഒരു മൂലയിൽ ഒരു മാളം പണിത് അതിൽ സ്ഥിരതാമസമാക്കി. ഉടമസ്ഥനില്ലാത്ത അവസരങ്ങളിൽ മാത്രം അവൻ പുറത്തിറങ്ങുകയും കയ്യിൽ കിട്ടുന്നതൊക്കെ തിന്നുതീർക്കുകയും മാത്രമല്ല, കണ്ണിൽ കണ്ടതെല്ലാം കടിച്ചുമുറിച്ചും മാന്തിപ്പറിച്ചും നശിപ്പിക്കുകയും ചെയ്യുമായിരുന്നു.

ഇത്രയുമായപ്പോഴാണ് താൻ ഏതോ അജ്ഞാത ശത്രുവിന്റെ ഇരയാണെന്ന് തോട്ടമുടമ മനസ്സിലാക്കിയത്. അതൊരു കള്ളൻ മുയലാണെന്നും. അത്തരമൊരു ഗൂഢശത്രുവിനെ തുരത്താനുള്ള പോംവഴികളൊന്നും അയാൾക്ക് വശമുണ്ടായിരുന്നില്ല. മുയലിന്റെ വികൃതിയും തോട്ടത്തിന്റെ വിനാശവും നിർബാധം

തുടർന്നപ്പോൾ കൊട്ടാരത്തിലേക്ക് ഉൽപന്നങ്ങൾ എത്തിക്കുക അസാദ്ധ്യമായി.

"ക്ഷമിക്കണം മഹാരാജ്! മുയൽശല്യം കാരണം തോട്ടത്തിനു വൻതോതിൽ നാശം സംഭവിച്ചിരിക്കുന്നു. അതിനാൽ കൊട്ടാരത്തിലേക്കുവേണ്ട കായ്കനികൾ യഥോചിതം എത്തിക്കാൻ പ്രയാസം നേരിടുന്നുണ്ട്." വിവരമറിയിച്ച് കർഷകൻ എല്ലാം വിശദമാക്കി തന്റെ നിസ്സഹായത തുറന്നുപറഞ്ഞു.

അതുകേട്ട് സ്വാഭാവികമായും നൃപൻ ക്ഷുഭിതനായി. ഉടനെ മുയലിനെ തുരത്തി തോട്ടം സംരക്ഷിക്കാനായി അദ്ദേഹം തന്റെ വലിയൊരു സൈനികവ്യൂഹത്തെ അങ്ങോട്ടയച്ചു.

പക്ഷേ, വാളും കുന്തവുമേന്തി കുതിരപ്പുറത്തെത്തിയ ആ അസംഖ്യം ഭടന്മാരുടെ ശക്തിയും ശുഷ്കാന്തിയുമെല്ലാം താങ്ങാനുള്ള ശേഷിയൊന്നും ആ കൊച്ചുതോട്ടത്തിനുണ്ടായിരുന്നില്ല. മുയലിനെ അന്വേഷിച്ചും ഓടിച്ചിട്ടും അവർ ആ വാടികയിലൂടെ പാഞ്ഞുനടന്നതോടെ അതൊരു യുദ്ധഭൂമിപോലെ തകർന്നു തരിപ്പണമായി. അതോടെ സ്വാഭാവികമായും മുയലും സ്ഥലം വിട്ടു.

ഈ ദുരന്തത്തേക്കാൾ എത്രയോ മെച്ചം ഒന്നല്ല, പത്തു മുയലുകളായിരുന്നുവെന്നും അപ്പോഴാണ് കർഷകന് ബോദ്ധ്യമായത്. അക്കാര്യം അയാൾ മഹാരാജാവിനെ ചെന്നുകണ്ട് ഉണർത്തുകയും ചെയ്തു:

"ക്ഷമിക്കണം, ഭവാൻ! അവിടുന്നയച്ച സൈനികരുടെ പടയോട്ടം കാരണം തോട്ടം പൂർണ്ണമായും തകർന്നടിഞ്ഞിരിക്കുന്നു. അതിനാൽ അരമനയിലേക്കുള്ള പൂവും പഴവുമൊന്നും ഇനി എത്തിക്കാൻ കഴിയുമെന്ന് തോന്നുന്നില്ല. മുയലുണ്ടായിരുന്ന സമയത്ത് കാര്യങ്ങൾ ഇവ്വിധം കൈവിട്ടു പോയിരുന്നില്ല."

അപ്പോഴാണ് സംഗതികളുടെ ഗൗരവം രാജാവിനു പിടികിട്ടിയത്.

"അങ്ങനെയാണെങ്കിൽ മുയലിനെ തിരിച്ചെത്തിക്കാൻ സേനയെ വിടാം. മുയലുണ്ടാക്കുന്ന അൽപസ്വൽപം പ്രയാസം സഹിക്കുമല്ലോ." രാജാവിന്റെ സമാശ്വാസം കേട്ടു കർഷകൻ അന്തംവിട്ടുനിന്നു.

(ലാ ഫോണ്ടെയ്ൻ)

അറബിയും ഒട്ടകവും

പണ്ടൊരിക്കൽ അറേബ്യൻ മരുഭൂമിയിൽ നാലു സഹോദരന്മാർ ജീവിച്ചിരുന്നു. മരുഭൂമിയായതിനാൽ എത്രയോ പേർക്ക് വഴി തെറ്റുകയും തങ്ങളുടെ മൃഗങ്ങളെ നഷ്ടപ്പെടുകയും വ്യാപാരി കളുടെ കാര്യത്തിൽ അവരുടെ സ്വത്തുക്കൾ കാണാതെ പോവുകയുമൊക്കെ സർവ്വസാധാരണമായിരുന്നു. അത്തരം പ്രതിസന്ധികളിൽ പെടുന്നവരെ സഹായിക്കുകയും അവർ സന്തോഷപൂർവ്വം നൽകുന്ന പ്രതിഫലംകൊണ്ടു ജീവിക്കുക യുമായിരുന്നു നാലുപേരും.

അങ്ങനെയിരിക്കെ ഒരു കച്ചവടക്കാരന് തന്റെ ചരക്കും അതു വഹിച്ചിരുന്ന ഒട്ടകവും നഷ്ടപ്പെട്ടു. രാത്രിയിൽ മരുഭൂമിയിലെ തന്റെ കൂടാരത്തിൽ തങ്ങിയ അയാൾ രാവിലെ എഴുന്നേറ്റു നോക്കുമ്പോൾ പുറത്തു കെട്ടിയിരുന്ന ഒട്ടകത്തെ കാണുന്നില്ല. അപ്പോഴാണ് വീണ്ടെടുപ്പുപ്രവർത്തിയിൽ ഏർപ്പെട്ടിരുന്ന സഹോദരന്മാരെപ്പറ്റി അയാൾ ഓർത്തതും തുടർന്ന് അവരെ സമീപിച്ചതും.

വിവരം പറഞ്ഞുകേട്ടപ്പോൾ സഹോദരന്മാരിൽ ഒന്നാമൻ ചോദിച്ചു: "താങ്കളുടെ ഒട്ടകത്തിന്റെ വലതുകണ്ണിന് കാഴ്ച നഷ്ടപ്പെട്ടിട്ടുണ്ടോ?" അതെയെന്ന് ഉടമസ്ഥൻ.

"എങ്കിൽ അതിന്റെ ഇടതുകാലിലൊന്നിനു മുടന്തുമുണ്ട്." രണ്ടാമൻ പ്രവചിച്ചു. അതും ശരിയാണെന്നു മുതലാളി.

തുടർന്നു മൂന്നാമത്തെ സഹോദരനും തന്റെ സംശയ നിവൃത്തി വരുത്തി: "അതിന്റെ വാൽ മുറിഞ്ഞുപോയിട്ടുണ്ടോ?"

വ്യാപാരി അക്കാര്യവും സമ്മതിച്ചു.

"അങ്ങനെയാണെങ്കിൽ ആ ഒട്ടകത്തിന്റെ വലതുവശത്തു ഒരു തേൻഭരണിയും ഇടതുവശത്തു ചോളച്ചാക്കുമാണുണ്ടായിരുന്നത്."

നാലാമന്റെ അനുമാനം കേട്ട വർത്തകൻ അതു തന്റെ ഒട്ടകം തന്നെയെന്നു സ്ഥിരീകരിച്ചു.

"എവിടെയാണ് എന്റെ ഒട്ടകം? അതിനെ ഉടനെ മടക്കിത്തരിക." അയാൾ അപേക്ഷിച്ചു.

"അക്കാര്യം ഞങ്ങൾക്കറിയില്ല. കാരണം, നിങ്ങളുടെ ഒട്ടകത്തെ ഞങ്ങൾ കണ്ടിട്ടേയില്ല." നാലുപേരും ഒന്നിച്ചു ഉള്ളതു പറഞ്ഞു.

ആ മറുപടി അതേപടി വിഴുങ്ങാൻ വഴിപോക്കൻ തയ്യാറായിരുന്നില്ല. "എന്റെ മൃഗത്തെ സംബന്ധിച്ചും ചരക്കിനെപ്പറ്റിയും നിങ്ങൾക്കെല്ലാമറിയാം. എന്നിട്ടും നുണ പറയുന്ന നിങ്ങൾ മോഷ്ടാക്കളാണ്. നിങ്ങളെ ഞാൻ കോടതി കേറ്റും." അയാൾ ആണയിട്ടു.

അങ്ങനെ വിഷയം ഖാസിയുടെ മുന്നിലെത്തി. എല്ലാം കേട്ടു കഴിഞ്ഞപ്പോൾ അദ്ദേഹം മൂത്തയാളോടു ചോദിച്ചു:

"ഒട്ടകത്തിന്റെ വലതു നേത്രം ദൃഷ്ടിഹീനമാണെന്നു നിങ്ങൾക്കെങ്ങനെ മനസ്സിലായി?"

"അതു ലളിതമാണു ഹുസൂർ. ആ ഒട്ടകം വഴിയുടെ ഇടതു ഭാഗത്തെ പുല്ലു മാത്രമാണ് തിന്നിരിക്കുന്നത്. രണ്ടു കണ്ണുകളുമുള്ള നാൽക്കാലികൾ ഇരുവശത്തുനിന്നും മാറിമാറി ഭക്ഷിക്കും."

അതു ശരിയായിരിക്കാമെന്നു തോന്നിയ ന്യായാധിപൻ രണ്ടാമനോട് ഒട്ടകത്തിന്റെ ഇടതുകാലിന് മുടന്തുണ്ടെന്ന് എങ്ങനെ മനസ്സിലായെന്നന്വേഷിച്ചു.

"അതു മനസ്സിലാക്കാൻ ആർക്കും പ്രയാസമില്ല. കാരണം, ആ ഒരു പാദം മാത്രം മണലിൽ ആഴത്തിൽ പതിഞ്ഞിട്ടില്ലെന്നു അതിന്റെ പാടുകൾ പരിശോധിച്ചപ്പോൾ മനസ്സിലായി." രണ്ടാമൻ വിശദീകരിച്ചു.

നഷ്ടപ്പെട്ട വാലിനെപ്പറ്റിയുള്ള അടുത്ത ചോദ്യം മൂന്നാമനോടായിരുന്നു. വാൽ നഷ്ടപ്പെട്ട ഒരു മൃഗം ചാണകമിടുന്നത്

ഒന്നിച്ചായിരിക്കുമെന്നും വാലുണ്ടെങ്കിൽ കാഷ്ഠം പലയിട ത്തായി ചിതറിത്തെറിച്ചിരിക്കുമെന്നും മൂന്നാമൻ ചൂണ്ടിക്കാട്ടി.

ഇത്രയായിട്ടും ജഡ്ജിയുടെ സന്ദേഹം പൂർണ്ണമായി നീങ്ങിയില്ല. അതിനാൽ ഒട്ടകപ്പുറത്തെ ചരക്കിനെപ്പറ്റിയുള്ള അന്വേഷണം ഏറ്റവും ഇളയവനോടായിരുന്നു. അവനാണെങ്കിൽ തൃപ്തികരമായ മറുപടിയും നൽകി:

"ഹുസൂർ, ഒട്ടകം പോയ വഴിയുടെ വലതുഭാഗത്ത് ഈച്ചകൾ തേൻകണങ്ങൾ നുകരാനായി കൂട്ടം കൂടിയിരുന്നു. അതുപോലെ ഇടതുഭാഗത്തു ഉറുമ്പുകൾ ധാന്യമണികൾ വലിച്ചുകൊണ്ടു പോകുന്നതും ദൃശ്യമായിരുന്നു. അങ്ങനെയാണ് സാമാനത്തെക്കുറിച്ച് വിവരം ലഭിച്ചത്."

അതോടെ ഖാസി സംതൃപ്തനായി. ഉടനെ അദ്ദേഹം പരദേശിയുടെ നഷ്ടപ്പെട്ട ഒട്ടകത്തെ കണ്ടുപിടിച്ചുകൊടുക്കാൻ നാൽവരോടു നിർദ്ദേശിച്ചു. അതവർ സന്തോഷത്തോടെ ചെയ്യുകയും ദൗത്യപൂർത്തീകരണത്തിനു ശേഷം വിവരമറിയിക്കാൻ കോടതിയിൽ തിരിച്ചെത്തുകയും ചെയ്തു.

"എങ്കിൽ ഇനിയും നിങ്ങളുടെ സേവനം കോടതിക്കാവശ്യമുണ്ട്. നിങ്ങളുടെ കഠിനാദ്ധ്വാനവും സത്യസന്ധതയും നിരീക്ഷണപാടവവും നിസ്തുലവും ശ്ലാഘനീയവുമാണ്. അതിനാൽ നാളെത്തന്നെ ജോലിയിൽ പ്രവേശിക്കുക." ഖാസി കൽപ്പിച്ചു.

(അറേബ്യൻ നാടോടിക്കഥ)

ഭാഗ്യനാണയം

പണ്ടൊരു രാജ്യത്ത് പുത്തനൊരു വെള്ളിനാണയമുണ്ടായിരുന്നു. കമ്മട്ടത്തിൽ ജനനമെടുത്ത് പുറത്തിറങ്ങിയ ആ നാണയം പലരുടെയും പണക്കിഴികളിൽ മറ്റു നാണയങ്ങളുടെ കൂടെ കഴിഞ്ഞു. അത്തരം കിഴികളിൽ ഉടമസ്ഥന്റെ സാമ്പത്തികാവസ്ഥയ്ക്കനുസരിച്ച് സ്വർണ്ണനാണയങ്ങളോ ചെമ്പുനാണയങ്ങളോ ഒക്കെ കാണും. എങ്കിലും എല്ലാ നാണയങ്ങളോടും വലിപ്പച്ചെറുപ്പമില്ലാതെ വെള്ളിക്കുട്ടൻ ഇടപെടും.

പലപ്പോഴും രണ്ടോ മൂന്നോ ദിവസമേ ആ വെള്ളിനാണയം ഒരു കിഴിയിൽ കാണൂ. അതിനകം മുതലാളി അവനെ മറ്റാർക്കെങ്കിലും കൈമാറിയിരിക്കും. അങ്ങനെ സംഭവിച്ചിട്ടില്ലെങ്കിലും അവന് ആവലാതിയില്ല. കാരണം, അതിനിടയിൽ എത്രയോ നാണയങ്ങൾ പുത്തൻ സുഹൃത്തുക്കളായി കിഴിയിലെത്തിയിരിക്കും. അതുപോലെ ഈ കാലയളവിൽതന്നെ പലരും ഇനിയൊരിക്കലും കാണാൻ സാദ്ധ്യതയില്ലാത്തവിധം വിടപറഞ്ഞുപോയെന്നുമിരിക്കും.

ഇങ്ങനെ നിരന്തരമായി സഞ്ചരിക്കാനും അപ്പോഴൊക്കെ പുതിയ കൂട്ടുകാരെ ഉണ്ടാക്കാനും നമ്മുടെ വെള്ളിനാണയത്തിന് വലിയ ഇഷ്ടമായിരുന്നു. തന്നെ വിലയായി നൽകുമ്പോൾ എത്ര പേർക്കാണ് അവരാഗ്രഹിക്കുന്ന സാധനവും സേവനവുമൊക്കെ ലഭിക്കുന്നത്. വെള്ളിനാണയം അതോർത്ത് അഭിമാനിച്ചു.

അങ്ങനെയിരിക്കെ അവൻ വിദേശിയായ ഒരു വ്യാപാരിയുടെ പണക്കിഴിയിലെത്തി. അടുത്ത ദിവസംതന്നെ അയാൾ ആ നാട്ടിൽനിന്നും തന്റെ സ്വദേശത്തേക്കു കപ്പൽ കയറി.

അവിടെയെത്തിയതിനു ശേഷമാണ് താൻ വിദേശത്തുനിന്നും മടങ്ങുമ്പോൾ അവിടത്തെ ഒരു വെള്ളിനാണയവും കൂടെ കൊണ്ടുവന്നിട്ടുണ്ടെന്ന് അയാൾ മനസ്സിലാക്കിയത്.

"അശ്രീകരം. തിരിച്ചുപോരുമ്പോൾ ഇതിനെ അവിടെത്തന്നെ കൊടുത്തു ഒഴിവാക്കാൻ മറന്നു." വ്യാപാരി തന്നെത്തന്നെ ശപിച്ചു.

ഉടമസ്ഥന്റെ അധിക്ഷേപം കേട്ട് നാണയം സങ്കടപ്പെട്ടു. നല്ല മൂല്യമുള്ളതിനാൽ ആരുടെയും സ്നേഹവും ബഹുമാനവും മാത്രം ആർജ്ജിച്ചിരുന്ന തനിക്ക് ഈ അന്യനാട്ടിൽ അവ ഹേളനം നേരിടേണ്ടിവരുന്നത് ഒരുപക്ഷേ, സ്വാഭാവികമായിരിക്കാം.

ഇതിനകം ആ നാണയത്തെ ആർക്കെങ്കിലും കൊടുത്തൊഴിവാക്കാൻ വ്യാപാരി ചില പദ്ധതികൾ ആവിഷ്കരിച്ചിരുന്നു. അങ്ങനെ ആരെയോ വഞ്ചിച്ച് അയാൾ നാണയം മറ്റൊരുവന്റെ കയ്യിലെത്തിച്ചു. അതൊരു വിദേശനാണയമാണെന്നും അതു നിർമ്മിച്ച വെള്ളിയിൽ തനിക്കു സംശയമുണ്ടെന്നും അയാൾ സ്വീകർത്താവിനെ അറിയിച്ചുമില്ല.

നാണയത്തിന്റെ തുടർന്നുള്ള യാത്രകൾ ദുരിതപൂർണ്ണമായിരുന്നു. കയ്യിൽ കിട്ടിയവരെല്ലാം അവനെ ശപിച്ചു. ശേഷം എത്രയും വേഗം അതിൽനിന്നും രക്ഷപ്പെടാനായിരുന്നു നാണയം ലഭിച്ചവരുടെയെല്ലാം പരിശ്രമം. സൂത്രം പ്രയോഗിച്ചും ചതിയിൽ പെടുത്തിയുമായിരുന്നു അവൻ ഒരു കയ്യിൽനിന്നും മറ്റൊന്നിലേക്കെത്തിയിരുന്നത്.

പരദേശിയായ വെള്ളിനാണയം എത്തിയ കിഴികളിലുള്ള സ്വദേശീ നാണയങ്ങൾക്ക് അവനോട് വെറുപ്പും പരമപുച്ഛവുമായിരുന്നു. അത്തരമൊരു വിദേശനാണയം കാണാത്ത അവർ ഇതൊരു കള്ളനാണയമാണെന്ന് സ്വയം തീരുമാനിച്ചു. ഫലമോ, ശത്രുക്കളുടെ ഇടയിൽ കിടന്നവൻ ഗത്യന്തരമില്ലാതെ തേങ്ങിക്കരഞ്ഞു.

അങ്ങനെ ഒരു ദിവസം ആരുടെയോ പണക്കിഴിയിൽ കിടന്നിരുന്ന രജതനാണയം തന്റെ സഹനാണയങ്ങളുടെ അപമാനവും നിന്ദയും കേട്ട് ദുഃഖാർത്തനായിരിക്കവെ,

യജമാനൻ കിഴിയിൽ കയ്യിട്ട് അവന്റെയൊപ്പം മറ്റു ചില നാണയങ്ങളെയും ആർക്കോ എന്തിന്റെയോ വില നൽകാനായി പുറത്തെടുത്തു. ആ കിഴിയിലും ആരോ വഞ്ചിച്ചെത്തിച്ചതായിരുന്നു അവനെ.

പക്ഷേ, നാണയം കിട്ടിയ ആൾ ആ വിദേശനാണയംകണ്ട് അത്യന്തം സന്തോഷിച്ചു. "നോക്കൂ, ഇത് എന്റെ രാജ്യത്തെ നാണയമാണ്. ഈ അന്യനാട്ടിൽ ഞാൻ കണ്ട ഏക പരിചിത മുഖം ഈ രജതനാണയത്തിന്റേതാണ്. ആകസ്മികമായാലും ആത്മവഞ്ചനയായാലും ഇതെനിക്കു നൽകിയ നിങ്ങൾക്കു ഒരു സമ്മാനമുണ്ട്." എന്നു പറഞ്ഞ് വിദേശി അപരനെന്തോ വില പിടിപ്പുള്ളത് നൽകുകയും ചെയ്തു. അതുവരെയും വെള്ളി നാണയത്തെ പരിഹസിച്ചുകൊണ്ടിരുന്ന മറ്റു നാണയങ്ങൾ ഇതെല്ലാം കണ്ടും കേട്ടും നിശ്ശബ്ദരായി. ഇപ്പോഴവയ്ക്ക് അവനോട് വലിയ ആദരവുണ്ട്.

"പക്ഷേ, ഇക്കാര്യത്തിനായി ഇത്ര വലിയ പാരിതോഷികം നിങ്ങൾ എനിക്കു നൽകേണ്ടതുണ്ടോ?" ആ സമയം അന്നാട്ടുകാരൻ വിദേശിയോട് ചോദിക്കുകയായിരുന്നു.

"തീർച്ചയായും. മാസങ്ങൾക്കു മുമ്പ് നാടുവിട്ട എനിക്ക് ആദ്യമായാണ് എന്റെ പിതാവിന്റെ മുഖം കാണാൻ കഴിഞ്ഞത്." അതു പറഞ്ഞ് ആ യുവാവ് രജതനാണയം ഉയർത്തിക്കാണിച്ചു. അതിന്മേൽ അയൽരാജ്യത്തെ രാജാവിന്റെ മുഖം കൊത്തിയിരുന്നു.

"അപ്പോൾ അങ്ങ്..." അതു കണ്ടും കേട്ടും നാട്ടുകാരൻ ഭയഭക്തിബഹുമാനത്തോടെ അർദ്ധോക്തിയിൽ വിരമിച്ചു.

"അതെ, ഞാൻതന്നെയാണ് അന്നാട്ടിലെ രാജകുമാരൻ. സ്വദേശത്തെത്തിയിട്ടുവേണം രാജകീയ പ്രദർശനശാലയിൽ ഈ നാണയത്തിനൊരു ഉചിതസ്ഥാനം നൽകാൻ.'' കുമാരൻ പറഞ്ഞു.

(ആൻഡേഴ്സൺ)

ഗിന്നിയും പിപ്പോയും

പണ്ടുപണ്ട് നേപ്പിൾസിൽ ഗിന്നി എന്നും പിപ്പോ എന്നും പേരുള്ള രണ്ടു വിരുതന്മാർ ജീവിച്ചിരുന്നു. പരസ്പരം പരിചയക്കാരായ അവർക്ക് ആളുകളെ വല്ല കെണിയിലുമക പ്പെടുത്തുക എന്നത് വലിയ സന്തോഷമുള്ള കാര്യമായിരുന്നു.

ഒരു ദിവസം പിപ്പോ തെരുവിലൂടെ പോകുമ്പോൾ ഗിന്നി അവിടെ മത്സ്യക്കടയുടെ മുന്നിൽ നിൽക്കുന്നു. അതുകണ്ട് പിപ്പോ ചെന്നു ഗിന്നിയോട് വിശേഷം അന്വേഷിച്ചു.

"അറിഞ്ഞില്ലേ, എന്റെ യജമാനനായ ബ്രൂണോ ഇന്ന് ഒരു ഗംഭീര സദ്യയൊരുക്കുന്നുണ്ട്. പക്ഷേ നേരത്തെ വാങ്ങിയ മീൻ വിരുന്നിനു തികയുമോ എന്നു മൂപ്പർക്കൊരു സംശയം. അതി നാൽ വീണ്ടും മത്സ്യം വാങ്ങാൻ വന്നതാണു ഞാൻ." ഗിന്നി അറിയിച്ചു. "നിനക്കും വരാം. ക്ഷണം എന്റെ വക."

അതു കേട്ടു പിപ്പോ ബ്രൂണോയുടെ ബംഗ്ലാവിൽ സദ്യ യ്ക്കെത്തി. പക്ഷേ, അവന് ആകെ കിട്ടിയത് ഒരു കഷ്ണം ഉണക്ക റൊട്ടി. അതും മറ്റു അതിഥികളെല്ലാം പിരിഞ്ഞുപോയതിനു ശേഷം. അപൂർവ്വമായി മാത്രം ലഭിക്കുന്ന ഒരു ഭാഗ്യമാണല്ലോ ഒരു മീൻസദ്യ.

അതോടെ ഗിന്നി തന്നെ മനഃപൂർവ്വം കബളിപ്പിക്കുകയായിരു ന്നെന്നു പിപ്പോയ്ക്കുറപ്പായി. ഇതിനു പ്രതികാരം ചെയ്തേ പറ്റൂ എന്നുടനെ അവൻ തീരുമാനിക്കുകയും ചെയ്തു.

അല്പദിവസങ്ങൾ കഴിഞ്ഞ് പിപ്പോ ഒരു ബാലനെ വിളിച്ച് അവനെ ജോർജ്ജിയോ എന്ന മദ്യവിൽപനക്കാരന്റെ

കടയിലേക്കയച്ചു. ആജാനബാഹുവായ ജോർജ്ജിയോ ക്ഷിപ്രകോപിയും ദേഷ്യം വന്നാൽ ആരുടെ മേലും ഒന്നു കൈവെക്കാൻ മടിക്കാത്തവനുമായിരുന്നു.

ഒരു ജാറുമായി ജോർജ്ജിയോവിന്റെ കടയിലെത്തിയ പയ്യൻ പിപ്പോ പഠിപ്പിച്ചിരുന്നതുപോലെ പറഞ്ഞു:

"എന്റെ ചേട്ടൻ ഗിന്നി ഈ ജാർ മുഴുവൻ മദ്യം തരാൻ പറഞ്ഞു. പക്ഷേ, യഥാർത്ഥ മദ്യംതന്നെ വേണം. അല്ലാതെ നിങ്ങൾ സാധാരണ ചെയ്യുന്നതുപോലെ ഇതിൽ പുഴയിലെ അഴുക്കുവെള്ളം നിറയ്ക്കരുത് എന്നും പറഞ്ഞു."

കടയിൽ അന്നേരം തിങ്ങിക്കൂടിയവരുടെ മുന്നിൽവെച്ച് ആ ബാലൻ നടത്തിയ പ്രകോപനപരമായ ആരോപണം കേട്ട് പ്രതീക്ഷിച്ചപോലെതന്നെ ജോർജ്ജിയോ കോപാന്ധനായി. അയാൾ ഉടനെ തന്റെ ഉപഭോക്താക്കളെയും ബാലനെയും അവിടെ വിട്ട് ഗിന്നിയെ അന്വേഷിച്ചിറങ്ങി. രണ്ടു തെരുവ് അപ്പുറത്ത് അവനെ കണ്ടതും ജോർജ്ജിയോ ഓടിച്ചെന്ന് അവന്റെ കൈകാലുകൾ തല്ലിയൊടിച്ചു.

ഈ നടന്നതെന്താണെന്നറിയാതെ ഗിന്നി പകച്ചുപോയി. വേദനകൊണ്ട് പുളയുന്ന അവൻ ഗത്യന്തരമില്ലാതെ വീട്ടിലേക്കു മടങ്ങുകയായിരുന്നു. അപ്പോഴുണ്ട് പിപ്പോ എതിർവശത്തു നിന്നും നടന്നുവരുന്നു. ഗിന്നിയെ കണ്ടതും അവൻ ചോദിച്ചു:

"ബ്രൂണോയുടെ മത്സ്യം, ജോർജ്ജിയോയുടെ മദ്യം. ഇതിലേതായിരുന്നു മെച്ചം?" അതുകേട്ട് ഗിന്നി ഇളിഭ്യനായി.

(ബൊക്കാഷിയോ)

സത്യസന്ധത

പണ്ട് നോർവെ രാജ്യത്ത് സുമുഖനും ധനികനുമായ ഒരു യുവാവുണ്ടായിരുന്നു. തനിക്ക് അനുയോജ്യയായ ഒരു വധുവിനെ അന്വേഷിച്ചു നടക്കുകയായിരുന്നു അയാൾ. വധു കഠിനാദ്ധ്വാനിയും സത്യസന്ധതയുള്ളവളുമായിരിക്കണം എന്നു അയാൾ ഏവരോടും പറയുമായിരുന്നു.

അങ്ങനെയാണ് യുവാവ് തന്റെ ഒരു പരിചയക്കാരന്റെ വീട്ടിൽ എത്തിയത്. ഗൃഹനാഥന്റെ ഏകമകൾ സുന്ദരിയും വിദ്യാസമ്പന്നയുമായിരുന്നു. പക്ഷേ, അവൾ സത്യസന്ധയും കഠിനാദ്ധ്വാനിയും കൂടിയാണോ എന്നറിയണമല്ലോ.

ആ ഉദ്ദേശ്യത്തോടെ ധനികൻ അവിടമാകെ ഒന്നു ചുറ്റി നടന്നു കാണുകയായിരുന്നു. കൂടെ വീട്ടുകാരനും ഭാര്യയും പുത്രിയുമുണ്ട്. വീട്ടിനകത്തെ ഒരു മുറിയിൽ നിറയെ പഞ്ഞി കൂടിക്കിടക്കുന്നത് അതിഥിയുടെ കണ്ണിൽപ്പെട്ടു. അക്കാലത്ത് മിക്ക വീടുകളിലും നൂൽനൂൽപ്പും നെയ്ത്തും സർവ്വസാധാരണമായിരുന്നു. വസ്ത്രനിർമ്മാണശാലകളൊന്നുമില്ലാതിരുന്ന അന്ന് മിക്ക വീട്ടുകാരും പഞ്ഞി വാങ്ങി സ്വയം വസ്ത്രം നെയ്തും തുന്നിയുമായിരുന്നു ധരിച്ചിരുന്നത്.

എങ്കിലും ഇത്രയധികം പഞ്ഞി കൂട്ടിവെച്ചിരിക്കുന്നതുകണ്ട് അതിശയിച്ച സന്ദർശകൻ ഇതാരു നൂൽക്കുമെന്നു ചോദിച്ചു. അതു തീർന്നുകിട്ടാൻ സാധാരണ നിലയിൽ ഒരു മാസമെങ്കിലും എടുക്കും.

അതിനു മറുപടി പറയാൻ വീട്ടുകാരി തുനിഞ്ഞെങ്കിലും മകൾ അമ്മയെ തടഞ്ഞ് സ്വയം ചാടിക്കേറി ഇങ്ങനെ അവകാശപ്പെട്ടു:

“ഈ വീട്ടിൽ ഞാൻ മാത്രമാണ് നൂലുണ്ടാക്കുന്നതും നെയ്യുന്നതും തുന്നുന്നതുമെല്ലാം. പിന്നെ ഈ പഞ്ഞി മുഴുവൻ

നൂലാക്കി മാറ്റാൻ എനിക്ക് ഒരാഴ്ച മതി. മറ്റു പലരും ഈ ജോലിക്ക് ഒരു മാസമെങ്കിലും എടുക്കും എന്നതു ശരിയാണ്."

ആഗതനിൽ മതിപ്പുളവാക്കി തന്റെ വിവാഹം ഉറപ്പിക്കുകയായിരുന്നു അവളുടെ ആ ബാലിശ ശ്രമത്തിന്റെ പിന്നിലെന്നു വ്യക്തം. അതു വിരുന്നുകാരനും മനസ്സിലായിരുന്നു. എങ്കിലും സംഗതികളുടെ സത്യാവസ്ഥ അറിയണമല്ലോ.

ആ ലക്ഷ്യത്തോടെ അയാൾ ഒരു സൂത്രം ഒപ്പിച്ചു. അല്പനേരം കഴിഞ്ഞ് വീട്ടുകാർ മൂന്നുപേരും കൂടെയില്ലാത്ത ഒരവസരത്തിൽ അയാൾ വീടിന്റെ കലവറ പൂട്ടി അതിന്റെ താക്കോൽ അടുത്ത മുറിയിലെ പഞ്ഞിക്കെട്ടിനു അടിയിൽ ഒളിപ്പിച്ചുവെച്ചു. ഒരാഴ്ചയ്ക്കകം പുത്രി അതു മുഴുവൻ നൂലാക്കിമാറ്റുന്നതോടെ താഴെ കിടക്കുന്ന താക്കോൽ അവർക്കു കണ്ടുകിട്ടും. അന്നേരം കലവറ തുറന്ന് അരിയും പൊടിയും എണ്ണയുമൊക്കെ പുറത്തെടുത്തു പാചകം നിർബാധം തുടരാം.

പിന്നീട് മാസം രണ്ടുമൂന്നു കഴിഞ്ഞിട്ടാണ് ധനികനായ യുവാവിന് ആ വഴിക്കു വരാൻ അവസരം ലഭിച്ചത്. ആ സമയം മുമ്പത്തെ സന്ദർശനത്തെപ്പറ്റി ആതിഥേയൻ ഓർക്കുകയായിരുന്നു. "അന്നു താങ്കൾ വന്നുപോയതിനു ശേഷം കലവറയുടെ താക്കോൽ കണ്ടുകിട്ടിയില്ല. അതിനാൽ ഇപ്പോൾ വെപ്പും തീനും അയൽക്കാരോടു ധാന്യവും പരിപ്പും കടം വാങ്ങിയിട്ടാണ്."

അതു കേട്ടയുടനെ യുവാവ് പഞ്ഞിവെച്ച മുറിയിൽ പോയി നോക്കി. അവിടെ ഒരു മാറ്റവുമില്ലാതെ പഞ്ഞിക്കെട്ടിരിക്കുന്നു. കഴിഞ്ഞ രണ്ടുമൂന്നു മാസത്തിനിടയ്ക്ക് അതിൽനിന്നും ഒരുമുഴം നൂലുപോലും ഉണ്ടാക്കിയിട്ടില്ലെന്നുറപ്പ്. ഏതായാലും അതിനിടയിൽ കിടന്ന താക്കോൽ എടുത്തുകൊടുത്തുകൊണ്ട് യുവാവ് നിരീക്ഷിച്ചു:

"ഒരാഴ്ചകൊണ്ട് ഇതെല്ലാം നൂലാക്കുമെന്നു അവകാശപ്പെട്ട പുത്രി ഇതുവരെ അങ്ങോട്ടു തിരിഞ്ഞുനോക്കിയിട്ടേ ഇല്ലല്ലോ. സത്യസന്ധതയും കഠിനാദ്ധ്വാനവുമാണ് ഞാൻ എന്റെ വധുവിൽ അന്വേഷിക്കുന്നത്. അതില്ലാതെ പാണ്ഡിത്യവും സൗന്ദര്യവും ഉപയോഗശൂന്യമാണ്."

(നോർവീജിയൻ നാടോടിക്കഥ)

രാജകുമാരനും രണ്ടാനമ്മയും

പണ്ട് റഷ്യയിലെ സാർ ചക്രവർത്തിയുടെ രണ്ടു മക്കളിൽ മൂത്തയാളായി അലക്സാണ്ടർ എന്ന ഒരു രാജകുമാരനുണ്ടായിരുന്നു. അവന്റെ അമ്മ നേരത്തെ മരിച്ചതിനാൽ രണ്ടാനമ്മയുടെ പുത്രനായിരുന്നു ഇളയ കുമാരൻ. കിരീടാവകാശിയായ അലക്സാണ്ടറിനെ ഒഴിവാക്കി തന്റെ മകനെ ചക്രവർത്തിയാക്കണമെന്ന് തന്ത്രശാലിയായ ആ മാതാവ് ആഗ്രഹിച്ചു.

അതിനിടെ സാർ ചക്രവർത്തി കാലം ചെയ്തതിനാൽ അലക്സാണ്ടർ കുമാരനെ അപായപ്പെടുത്താൻ അവന്റെ ഇളയമ്മ നിരന്തരം ശ്രമിച്ചുകൊണ്ടിരുന്നു. ഇതിനെക്കുറിച്ചൊന്നും അത്ര ബോധവാനല്ലാതിരുന്ന രാജകുമാരൻ ഓരോ പ്രാവശ്യവും രക്ഷപ്പെട്ടുകൊണ്ടിരുന്നതു സ്വന്തം ഭാഗ്യംകൊണ്ടു മാത്രമായിരുന്നു.

ഒരു ദിവസം അലക്സാണ്ടർ കൊട്ടാരക്കെട്ടിനു പുറത്തുള്ള ഒരു തെരുവിലൂടെ സഞ്ചരിക്കുമ്പോൾ മതിലിനപ്പുറത്തുനിന്നും ആരോ തന്നെ കരഞ്ഞു വിളിക്കുന്നതായി തോന്നി. ആ വിലാപം അവിടെ നിന്നുകൊണ്ട് ശ്രവിച്ചപ്പോൾ അത്, തങ്ങളെ രക്ഷിക്കണേ എന്നുള്ള ആരുടെയോ ദയനീയാഭ്യർത്ഥനയാണെന്നു മനസ്സിലായി.

ഉടനെ അലക്സാണ്ടർ തന്റെ കൈവശമുണ്ടായിരുന്ന ഹാമറും ചുറ്റികയുംകൊണ്ട് മതിലിന്റെ ഒരു ഭാഗം ഇടിച്ചു പൊളിച്ച് അവിടെ സാമാന്യം വിസ്തൃതിയുള്ള ഒരു ദ്വാരമുണ്ടാക്കി. അപ്പോഴതാ അതുവഴി ഒരു സിംഹവും കാക്കയും അണലിപ്പാമ്പും പുറത്തേക്കു വരുന്നു. ആ മൂന്നു ജന്തുക്കളും പലപ്പോഴായി അലക്സാണ്ടറെ സഹായിക്കാൻ ശ്രദ്ധിച്ചവരായിരുന്നു. ആ വിവരം അവനറിയാമായിരുന്നില്ലെങ്കിലും തന്റെ രണ്ടാനമ്മയ്ക്ക് അറിയാമായിരുന്നു.

“കുമാരനെ മരണത്തിൽനിന്നും രക്ഷിക്കാൻ ഞങ്ങൾ ശ്രമിച്ചതാണ് രണ്ടാനമ്മയെ ദ്വേഷ്യം പിടിപ്പിച്ചത്. അതുമൂലം അവർ ഞങ്ങളെ ഈ നിലവറയിൽ തടവിലാക്കുകയായിരുന്നു.” സിംഹം വിശദീകരിച്ചു.

അപ്പോഴാണ് കാര്യങ്ങളുടെ നിജസ്ഥിതിയെ സംബന്ധിച്ച് അലക്സാണ്ടർ ബോധവാനായത്. താൻ ശ്രദ്ധിച്ചില്ലെങ്കിൽ തന്റെ അന്ത്യം അധികം വൈകില്ല എന്നവനും ഉറപ്പായി. അങ്ങനെയവൻ ആലോചിച്ചുകൊണ്ടു നിൽക്കുമ്പോൾ കാക്ക അവന് ഒരു മുന്നറിയിപ്പു നൽകി:

“നാളെ രാവിലെ നിന്റെ ചെറിയമ്മ നിനക്കു പ്രാതലുമായി വരുമ്പോൾ സൂക്ഷിക്കുക. അതിൽ വെളുത്തതും ബ്രൗൺ നിറത്തിലുള്ളതുമായ രണ്ടു ബണ്ണുകൾ ഉണ്ടായിരിക്കും. ബ്രൗൺ ബൺ കഴിക്കരുത്. ഒരുവന്റെ അന്ത്യം കുറിക്കാൻ ശക്തിയുള്ള മാന്ത്രികനിർമ്മിതിയാണത്.”

അതു പറഞ്ഞ് കാക്ക പറന്നും സിംഹം ഓടിയും സർപ്പം ഇഴഞ്ഞും എങ്ങോട്ടോ അപ്രത്യക്ഷരായി. അതോടെ കുമാരൻ അക്കാര്യം മറന്നെങ്കിലും അടുത്ത പുലരിയിൽ ചെറിയമ്മ പ്രാതലുമായി എത്തിയപ്പോൾ അലക്സാണ്ടർ കാക്കയുടെ താക്കീതിനെപ്പറ്റി വീണ്ടുമോർത്തു. ശരിയാണ്, അവർ കൊണ്ടുവന്ന തളികയിൽ വെള്ള നിറത്തിലും ബ്രൗൺ നിറത്തിലുമുള്ള രണ്ടു ബണ്ണുകളുണ്ട്.

നിർദ്ദേശിച്ചിരുന്നതുപോലെ അവയിലെ വെളുത്ത ബണ്ണ് എടുത്ത് അവൻ കഴിക്കുകയും മറ്റേത് ഇളയമ്മയുടെ കണ്ണുവെട്ടിച്ച് തന്റെ സഞ്ചിയിലിടുകയും ചെയ്തു. അവർ പോയി കുറേ സമയം കഴിഞ്ഞ് അവൻ സഞ്ചിയിൽ കയ്യിട്ടുനോക്കി.

അപ്പോഴുണ്ട് അതിൽനിന്നും ഒരു മൂർഖൻ പാമ്പും തേളും കടന്നലുകളും പുറത്തേക്കു വരുന്നു. കുമാരന്റെ ഭാഗ്യത്തിനാണ് ഉഗ്രവിഷമുള്ള അവയുടെ ദംശനമേൽക്കാതെ പോയത്.

(റഷ്യൻ നാടോടിക്കഥ)

പാപ്പുവും യക്ഷിയും

ഒരു ഗ്രാമത്തിൽ തടിയൻപാപ്പു എന്നൊരു ബാലനുണ്ടായിരുന്നു. അവന്റെ പ്രായത്തിലുള്ള മറ്റു കുട്ടികളുടെ മൂന്നിരട്ടി തൂക്കവും വണ്ണവുമുണ്ടായിരുന്ന പാപ്പുവിനെ നാട്ടുകാരെല്ലാം അത്ഭുതത്തോടെയാണ് വീക്ഷിച്ചിരുന്നത്.

പാപ്പു വലിയ പരോപകാരിയായിരുന്നു. ആർക്കും എന്തു സഹായവും ചെയ്യാൻ അവൻ സദാ സന്നദ്ധനായിരുന്നു. ഇതറിയാവുന്ന അയൽക്കാരും മറ്റും തങ്ങളുടെ മക്കളോട് 'പാപ്പുവിനെ കണ്ടു പഠിക്ക്' എന്നുപദേശിക്കുമായിരുന്നു. ക്രമേണ തടിയൻ പാപ്പുവിന്റെ യശസ്സ് പല ദേശങ്ങളിലും പ്രചരിച്ചു.

അങ്ങനെയാണ് അപ്പുറത്തെ മലയിലെ ഗുഹയിൽ താമസിച്ചിരുന്ന യക്ഷിക്കും പാപ്പുവിനെക്കുറിച്ച് കേൾക്കാനായത്. മാത്രവുമല്ല, അവന് മറ്റു കുട്ടികളുടെ മൂന്നിരട്ടി വലിപ്പമുണ്ടെന്നതും അവളെ വല്ലാതെ മോഹിപ്പിച്ചു. അവനെ അറുത്തു പൊരിച്ചും വരട്ടിയും ബിരിയാണി വെച്ചും തിന്നുതീർക്കാമെന്നവൾ തീരുമാനിച്ചു.

അപ്രകാരം ഒരു ദിവസം സന്ധ്യയ്ക്ക് യക്ഷി പാപ്പുവും അമ്മയും താമസിക്കുന്ന വീട്ടിലെത്തി. കയ്യിൽ ഒരു ചാക്കുമായി വരുന്ന യക്ഷിയെ അകലെനിന്നുതന്നെ പാപ്പുവിന്റെ അമ്മ കാണുന്നുണ്ടായിരുന്നു. അതു കണ്ടപ്പോൾ യക്ഷിയുടെ ആഗമനോദ്ദേശ്യം പാപ്പിയെ പിടിച്ചുകൊണ്ടുപോവുകയാണെന്ന് ആ അമ്മയ്ക്ക് തീർച്ചയായി.

ഉടനെ അവർ പാപ്പുവിനെ വിളിച്ച് മുറിയിലെ അലമാരയിൽ

ഒളിച്ചിരിക്കാൻ ആവശ്യപ്പെട്ടു. എങ്കിലും അവന്റെ ശ്രദ്ധ പുറത്താ യിരുന്നു.

വീട്ടുമുറ്റത്തെത്തിയ യക്ഷി പാപ്പുവിനെ അവിടെയെങ്ങും കാണാതിരുന്നപ്പോൾ അവന്റെ അമ്മയോട് കാര്യം തിരക്കി.

"ഓ, അവൻ പുറത്തുപോയിരിക്കയാണ്. വല്ല പിള്ളേരുടെയും കൂടെ കാണും." ഒന്നുമറിയാത്തപോലെ അവർ കള്ളം പറഞ്ഞു.

അതുകേട്ടു യക്ഷി ഒരു സൂത്രം പ്രയോഗിച്ചു: "അയ്യോ, കഷ്ടമായിപ്പോയി. ഞാൻ പാപ്പുവിനു കൊടുക്കാനായി ഒരു മനോഹര സമ്മാനവും ആയാണ് വന്നിരിക്കുന്നത്. ഇനിയത് മറ്റുവല്ല പിള്ളേർക്കും കൊടുത്തേക്കാം."

ഇപ്പറഞ്ഞതെല്ലാം അലമാരയ്ക്കകത്തിരുന്ന് പാപ്പു കേൾക്കുന്നുണ്ടായിരുന്നു. യക്ഷി ഒരു സമ്മാനവുമായാണ് വന്നിരിക്കുന്നതെന്നും ഉടനെ ചെന്നില്ലെങ്കിൽ തനിക്കത് നഷ്ടപ്പെടുമെന്നും തെറ്റിദ്ധരിച്ച പാപ്പു അലമാരയിൽനിന്നിറങ്ങി ഉമ്മറത്തേക്കോടിച്ചെന്നു. അവൻ നേരെ മുന്നിലെത്തിയതും നിമിഷാർദ്ധത്തിൽ അവൾ പാപ്പുവിനെ തന്റെ ചാക്കിലിട്ട് ഓടിമറഞ്ഞു. അപ്പോഴേ അവന്റെ അമ്മയ്ക്ക് പരിസരബോധമുണ്ടായുള്ളൂ.

തടിയൻപാപ്പുവിനെയും തോളിലിട്ട് നടന്ന യക്ഷി വനാതിർത്തിയിലെത്തുമ്പോഴേക്കും ക്ഷീണിച്ചവശയായിരുന്നു. അടുത്തൊരു മരം കണ്ട് അവൾ ചാക്കിറക്കി അൽപനേരം അവിടെ കണ്ണടച്ചു വിശ്രമിച്ചു. അപ്പോഴേക്കും ചുറ്റും ഇരുൾ മൂടിയിരുന്നു.

പാപ്പുവിനെ കയറ്റിയിരുന്ന ചാക്കിനകത്ത് ഒരു കഠാരി കിടപ്പുണ്ടായിരുന്നു. അതുപയോഗിച്ച് അവൻ ചാക്കു കീറി പുറത്തിറങ്ങി തിരിച്ചു വീട്ടിലെത്തി. അപ്പോഴേ അവന്റെ അമ്മയുടെ ശ്വാസം നേരെ വീണുള്ളൂ.

പക്ഷേ, പാപ്പുവിനെ നഷ്ടപ്പെട്ട യക്ഷി ക്രുദ്ധയായി. അവനെ കൊണ്ടുവന്ന് സൂപ്പുണ്ടാക്കി കുടിച്ചിട്ടേ എനിക്കിനി വിശ്രമമുള്ളൂ എന്നവൾ ശപഥം ചെയ്തു.

അടുത്തൊരു ദിവസംതന്നെ അടുപ്പിന്മേൽ വലിയൊരു കലത്തിൽ വെള്ളം ചൂടാക്കാൻ വെച്ചതിനു ശേഷമാണ് യക്ഷി

പാപ്പുവിനെയും തേടിയിറങ്ങിയത്. ഇപ്രാവശ്യം മറ്റൊരു കെണിയുപയോഗിച്ച് ആ ബാലനെ പിടിക്കുന്നതിൽ അവൾ വിജയിക്കുകയും ചെയ്തു.

മാത്രവുമല്ല, ഇപ്രാവശ്യം വഴിയിലൊന്നും തങ്ങാതെ യക്ഷി വനത്തിലെ തന്റെ രഹസ്യ മാളത്തിലെത്തി. എന്നിട്ട് അടുക്കളയിലെ തിളച്ചുമറിയുന്ന ചെമ്പിന്റെ മുന്നിൽവെച്ച് ചാക്കിന്റെ കെട്ടഴിച്ചു.

പക്ഷേ, ഇപ്രാവശ്യവും തന്റെ ശ്രദ്ധക്കുറവുമൂലം യക്ഷിക്ക് ഒരു തെറ്റു പറ്റിയിരുന്നു. പാപ്പു കയറിയ ചാക്കിൽ അവളറിയാതെ വലിയൊരു തവി കിടന്നിരുന്നു. ചാക്കു തുറന്നപ്പോൾ ആ തവിയും കയ്യിൽ പിടിച്ചാണ് പാപ്പു പുറത്തിറങ്ങിയത്. അതുകൊണ്ട് യക്ഷിയെ തലയ്ക്കടിച്ചു വീഴ്ത്താൻ ആ ബാലന് ഒട്ടും സമയം വേണ്ടിവന്നില്ല.

അതോടെ ബോധരഹിതയായി താഴെവീണ യക്ഷിയെ അവൻ വലിച്ചിഴച്ച് കത്തിക്കാളുന്ന അടുപ്പിലേക്ക് തള്ളി. അവിടെക്കിടന്ന് അവൾ വെന്തു വെണ്ണീറായിക്കാണണം.

പക്ഷേ, അതൊക്കെ നോക്കിനിൽക്കാൻ മെനക്കെടാതെ തടിയൻപാപ്പു തന്റെ വീട്ടിലേക്കോടി.

(നോർവീജിയൻ നാടോടിക്കഥ)

കോഴിമുട്ട

ഒരു പാവപ്പെട്ട കുടുംബത്തിൽ ജനിച്ച ആമിർ വലിയ ദുരിത ത്തിലാണ് തന്റെ ബാല്യകാലം ചെലവഴിച്ചത്. അതുകൊണ്ടു തന്നെ യുവാവായ അവൻ നാടുവിട്ടുപോയി ഏതോ വിദേശരാജ്യ ത്തെത്തി.

അവിടെ അഹോരാത്രം പണിയെടുത്തും പലതരം വ്യാപാര ങ്ങളിലേർപ്പെട്ടും അനേക വർഷങ്ങൾകൊണ്ട് വലിയൊരു ധനികനായിത്തീർന്നു. അവസാനം മദ്ധ്യവയസ്കനായിരിക്കെ സ്വദേശത്തേക്കു മടങ്ങുമ്പോഴേക്കും ആമിർ ഒരു കോടീശ്വര നായി മാറിയിരുന്നു.

അതിസമ്പന്നനായി തിരിച്ചെത്തിയ ആമിർ മുതലാളി നാട്ടിൽ പലർക്കും അത്ഭുതമായിരുന്നു. ചിലർക്കൊക്കെ സ്വാഭാവിക മായും അസൂയയും വിദ്വേഷവും. ആമിർ മുതലാളിയുടെ ബംഗ്ലാ വിൽ സഹായവും സംഭാവനയും ചോദിച്ച് പലരും എത്തുമായി രുന്നു. അവർക്കെല്ലാം ഉദാരമായി അയാൾ പണം നൽകുകയും ചെയ്യും.

ഒരു ദിവസം ഗ്രാമത്തിലെ അങ്ങാടിയിലുള്ള മുട്ടക്കടയിൽ നിന്നും ഒരു ഡസൻ കോഴിമുട്ടകൾ വാങ്ങാൻ ആമിറിന്റെ ഭൃത്യ നെത്തി. കടയുടമയായ അഹമ്മദ് അവന്റെ കയ്യിൽ മുട്ട പൊതിഞ്ഞു നൽകുകയും ചെയ്തു.

രണ്ടു ദിവസം കഴിഞ്ഞു മുട്ടയുടെ വിലയെഴുതിയ ബില്ല് അഹമ്മദ് മുതലാളിയുടെ വീട്ടിലേക്കയച്ചു. ഒരു ഡസൻ കോഴിമുട്ട യ്ക്ക് ആയിരം ദുക്കാത്ത്. എന്നുവെച്ചാൽ ലക്ഷക്കണക്കിന് രൂപ. സത്യത്തിൽ ഒരു ഡസൻ മുട്ടയ്ക്ക് ഒരു ദുക്കാത്തുപോലും

വേണ്ട. ഈ അതിക്രമം കണ്ട് ആമിർ വില നൽകാനൊന്നും പോയില്ല.

അതോടെ മുട്ടയുടെ വില ഈടാക്കാനായി അഹമ്മദ് ഖാസിയുടെ കോടതിയിൽ കേസു കൊടുത്തു. അതുപ്രകാരം നിശ്ചിത തിയ്യതിയിൽ രണ്ടുപേരെയും വിളിക്കാനായി ന്യായാധിപൻ നോട്ടീസ്സയച്ചു.

പക്ഷേ, നിശ്ചിത ദിവസം കൃത്യസമയത്ത് കടക്കാരൻ മാത്രമേ എത്തിയുള്ളൂ. അല്പനേരം ആമിറിനെ കാത്തിരുന്നിട്ടും അയാൾ വന്നുകാണാത്തതിനാൽ ജഡ്ജി നടപടിക്രമങ്ങൾ ആരംഭിച്ചു.

അവസാനം വളരെ വൈകി ധനികൻ എത്തുമ്പോൾ അഹമ്മദ് തന്റെ വാദങ്ങൾ നിരത്തുകയായിരുന്നു:

“പ്രഭോ, ആമിറിന്റെ ആവശ്യപ്രകാരം ഒരു ഡസൻ മുന്തിയ കോഴിമുട്ടകളാണ് ഞാൻ അങ്ങേരുടെ വീട്ടിലേക്കയച്ചത്. ആ മുട്ടകൾ അയാൾക്കു നൽകുന്നതിനു പകരം എനിക്ക് അട വെക്കാമായിരുന്നു. അങ്ങനെയാണെങ്കിൽ അവയിൽനിന്നും ഒരു ഡസൻ കോഴിക്കുഞ്ഞുങ്ങൾ വിരിയും. അവയോരോന്നും നൂറുകണക്കിൽ മുട്ടകളിടും. അവ വിരിഞ്ഞ് ആയിരക്കണക്കിൽ കുഞ്ഞുങ്ങൾ പുറത്തുവരും. വൈകാതെ അവ ലക്ഷമായും കോടിയായും പല മടങ്ങ് വർദ്ധിക്കും.”

ഒന്നു നിർത്തിയിട്ട് വ്യാപാരി തുടർന്നു:

“അപ്പോൾ ആ ഒരു ഡസൻ അമൂല്യ മുട്ടകൾ ആമിറിനു വിറ്റതുവഴി എനിക്കു ലക്ഷക്കണക്കിനു ദുക്കാത്തിന്റെ നഷ്ടമാണുണ്ടായത്. പകരം ഞാൻ വെറും ആയിരം നാണയമേ അയാളോടു ചോദിക്കുന്നുള്ളൂ.”

അഹമ്മദിന്റെ നിവേദനം കേട്ടുകഴിഞ്ഞപ്പോൾ അവിടേക്കു കിതച്ചുകൊണ്ടെത്തിയ ആമിറിനു നേരെ തിരിഞ്ഞ് മുൻസിഫ് അയാളുടെ പ്രതികരണം ആരാഞ്ഞു. അവസാനമായി അവിടെ സംഭവിച്ചതെല്ലാം കേട്ടുകൊണ്ടിരുന്ന ആമിർ തന്റെ വിളംബത്തിന്റെ വിശദീകരണം ഇങ്ങനെ നൽകി:

“ഹുസൂർ, അടിയൻ കൃത്യസമയത്തിനു മുമ്പുതന്നെ എത്തണമെന്നുദ്ദേശിച്ച് വീട്ടിൽനിന്നും ഇറങ്ങാൻ ഉദ്ദേശിച്ചതായിരുന്നു. പക്ഷേ, ഒരു കുട്ട ഉരുളക്കിഴങ്ങ് വയലിൽ ഇന്നുതന്നെ നടാനുണ്ടായിരുന്നു. അതിനായി അവ നന്നായി പുഴുങ്ങാൻ സമയമെടുത്തു. എങ്കിൽ മാത്രമേ അടുത്ത വർഷം നൂറുമേനി വിളവു ലഭിക്കൂ.”

അതുകേട്ടു കോടതിയിൽ തടിച്ചുകൂടിയവരെല്ലാം മൂക്കത്തു വിരൽവെച്ചു. പുഴുങ്ങിയ ഉരുളക്കിഴങ്ങ് നടുന്നതിനെപ്പറ്റി അവരെല്ലാം ആദ്യമായി കേൾക്കുകയായിരുന്നു. ആമിർ ഇത്ര വിഡ്ഢിയോ, അതോ അയാൾക്കു ഭ്രാന്തായോ എന്നൊക്കെ പലരും അതിശയിച്ചു.

അവസാനം ഖാസിതന്നെ സംശയനിവാരണം വരുത്തി:

“ആമിർ, എന്നു മുതൽക്കാണ് പുഴുങ്ങിയ ഉരുളക്കിഴങ്ങ് വമ്പൻ വിളവു തരാൻ തുടങ്ങിയത്?”

“പ്രഭോ, എന്നു മുതലാണോ പുഴുങ്ങിയ മുട്ടകൾ വിരിയാനും വളരാനും തുടങ്ങിയത് അന്നു മുതൽ.” ആമിർ കൂസലന്യേ മറുപടി നൽകി.

അതുകേട്ട് കോടതിയിലുണ്ടായിരുന്നവരെല്ലാം ആർത്താർത്തു ചിരിച്ചു. പക്ഷേ, മുൻസിഫ് ഗൗരവം വിട്ടില്ല. അദ്ദേഹം അഹമ്മദിന് ഉചിതശിക്ഷ നൽകാനും നഷ്ടപരിഹാരം ഈടാക്കി ആമിറിനു കൊടുക്കാനും ഉത്തരവിട്ടു.

(അറേബ്യൻ നാടോടിക്കഥ)

ഈശ്വരനുള്ളത്

ഒരു യുവകർഷകന് പണത്തിന് അത്യാവശ്യം വന്നപ്പോൾ അയാൾ തന്റെ ഒരു പശുവിനെയും രണ്ടു കോഴികളെയും വിൽക്കാൻ തീരുമാനിച്ചു. പക്ഷേ, അവയ്ക്ക് മുന്തിയ വില കിട്ടണമെങ്കിൽ ഗ്രാമാതിർത്തിയിലെ കൊടുംകാടിനപ്പുറമുള്ള പട്ടണത്തിലെത്തണം.

അങ്ങനെയാണയാൾ അതിരാവിലെ എഴുന്നേറ്റ് പട്ടണത്തിലേക്കു നടക്കാൻ തുടങ്ങിയത്. പക്ഷേ, കാനനത്തിനടുത്തെത്തിയപ്പോൾ കർഷകൻ ഭയന്നു വിറയ്ക്കാൻ തുടങ്ങി. കാലങ്ങളായി ആ അരണ്യം പെരുങ്കള്ളന്മാരുടെ താവളമാണ്. അവർ വഴിപോക്കരെ കൊള്ളയടിക്കുക മാത്രമല്ല, വെറുമൊരു രസത്തിനായി തല്ലിക്കൊല്ലുകയും ചെയ്യും.

അവസാനം കൃഷിക്കാരൻ പ്രാർത്ഥനാനിർഭരനായി.

"ദൈവമേ, എന്നെ ഒരാപത്തിലും പെടുത്താതെ പട്ടണത്തിലും തിരിച്ചു വീട്ടിലും എത്തിക്കണേ. എങ്കിൽ എന്റെ പശുവിനെ വിറ്റുകിട്ടുന്ന വില അവിടുത്തേക്കു സമർപ്പിക്കാമേ."

അയാളുടെ പ്രാർത്ഥന ഫലിച്ചെന്നു തോന്നുന്നു. കാരണം, കാടുകടന്ന് പട്ടണത്തിലെത്തുന്നതുവരെ യാത്രയിൽ ഒരുപദ്രവവും ഉണ്ടായില്ല. അപ്പോഴാണ് താൻ ചെയ്തത് വിഡ്ഢിത്തമായിരുന്നു എന്നയാൾ ഓർത്തത്. പശുവിന്റെ വില മുഴുവൻ ഈശ്വരനു നൽകിയാൽ ബാക്കി രണ്ടു കോഴികളുടെ തുച്ഛവിലകൊണ്ട് എന്തു പ്രയോജനം? കൃഷിക്കാരൻ സങ്കടപ്പെട്ടു.

പക്ഷേ, ഉടനെതന്നെ ഭഗവാൻ അയാൾക്കൊരു പോംവഴി കണ്ടെത്തിക്കൊടുത്തു. അതുപ്രകാരം കർഷകൻ നാൽക്കാലി വിപണിയിലെത്തി തന്റെ പശുവിന്റെ വില വിളിച്ചുപറയാൻ തുടങ്ങി.

വാസ്തവത്തിൽ രണ്ടു കോഴികളുടെ നിസ്സാരമായ വിലയായിരുന്നു അയാൾ പശുവിനു പറഞ്ഞത്. അതറിഞ്ഞതോടെ ഡസൻകണക്കിനു പേർ അയാൾക്കുചുറ്റും കൂടി പശുവിനെ വാങ്ങാൻ സന്നദ്ധത അറിയിച്ചു.

പക്ഷേ, അതിനു കർഷകൻ ഒരു നിബന്ധന വെച്ചു:

"പശുവിനെ വാങ്ങുന്നയാൾ ഈ രണ്ടു കോഴികളെയും വാങ്ങേണ്ടിവരും." അതൊരു ചെറിയ കാര്യമായിരുന്നല്ലോ.

"ശരി, എങ്കിൽ കോഴികളുടെ വില പറയണം" എന്നു സന്ദർശകർ.

അയാൾ കോഴികളുടെ വില പറഞ്ഞു. അത് ഒരു പശുവിനു കിട്ടുന്ന വിലയ്ക്കു തുല്യമായിരുന്നു. ഇതെന്തു വിചിത്ര മനുഷ്യൻ എന്ന് അവിടെ സന്നിഹിതരായിരുന്നവരെല്ലാം അന്നേരം ചിന്തിക്കായ്കയല്ല. പക്ഷേ, ഒരു പശുവിന്റെയും രണ്ട് കോഴികളുടെയും വില മൊത്തമായെടുക്കുമ്പോൾ ഇടപാടിൽ ഒരു നഷ്ടവുമില്ല. അതിനാൽ മുന്തിയ വിലയ്ക്കുതന്നെ അയാൾ മൂന്നു ജന്തുക്കളെയും വിറ്റു കാശാക്കി. ഇനി പശുവിനു ലഭിച്ച തുച്ഛമായ മൂല്യമേ ദൈവത്തിനു നൽകേണ്ടതുള്ളൂ. അയാൾ ആ കിഴി വേറെ വെച്ചു.

അടുത്ത ദിവസം അതിരാവിലെ തിരിച്ച് അയാൾ വനത്തിൽ പ്രവേശിച്ചതും കുറേ കാട്ടുകള്ളന്മാർ കർഷകനു ചുറ്റും കൂടി.

"എന്താണ് നിന്റെ കയ്യിലുള്ള രണ്ടു കിഴികളിൽ?" അവർ ചോദ്യം ചെയ്തു. ഭയപ്പെട്ട കർഷകൻ സത്യം പറഞ്ഞു:

"ഈ കിഴി കോഴികളെ വിറ്റുകിട്ടിയ പണമാണ്. മറ്റേത് ഒരു പശുവിനെ വിറ്റതും."

"ശരി, കോഴിയെ വിറ്റ പണം ഇങ്ങു തന്നോളൂ. വാവുദിവസമായ ഇന്നത്തെ ആദ്യവരുമാനം കടവുളിനു അർപ്പിക്കാനുള്ളതാണ്. അക്കാര്യത്തിന് ഒരു നിസ്സാര തുക മതിയാകും. അതിനാൽ പശുവിനു കിട്ടിയ പ്രതിഫലവുമായി നിങ്ങൾക്കു പോകാം."

അങ്ങനെ വീട്ടിലെത്തുമ്പോൾ കർഷകന്റെ കയ്യിൽ കോഴിയുടെ മൂല്യമായ ചെറിയ തുകയേ ഉണ്ടായിരുന്നുള്ളൂ. ഈശ്വരനുള്ളത് വഴിയിൽ തങ്ങില്ല എന്നാണല്ലോ.

(ഇറ്റാലിയൻ നാടോടിക്കഥ)

കാളയും കുതിരയും

സൈനികപരിശീലനം സിദ്ധിച്ച കൃഷിക്കാരനായ ഒരാൾക്ക് ഒരു കുതിരയും കാളയുമാണ് വളർത്തുമൃഗങ്ങളായി ഉണ്ടായിരുന്നത്. രണ്ടും അത്യാവശ്യമുള്ള മൃഗങ്ങൾ.

അങ്ങനെയിരിക്കെയാണ് സ്വന്തം രാജ്യവും അയൽനാടുമായി അങ്കം പൊട്ടിപ്പുറപ്പെട്ടത്. യുദ്ധം വ്യാപിച്ചതിനാൽ കൂടുതൽ സൈനികരെയും ഭടന്മാരെയും സമരമുഖത്തേക്ക് അയയ്ക്കുന്നതിനെപ്പറ്റി ആലോചനകൾ നടക്കുന്നുണ്ടായിരുന്നു.

ഇക്കാര്യംചർച്ചയാവുന്നത് കുതിര ആശങ്കയോടെയാണ് കേട്ടിരുന്നത്. ഒരു ദിവസം തന്റെ പരിഭ്രാന്തി കുതിര കാളയുമായി പങ്കുവെച്ചു:

"രാജ്യാതിർത്തിയിൽ അതിശക്തമായ സംഘട്ടനം നടക്കുകയാണ്. നമ്മുടെ യജമാനനെയും രണാങ്കണത്തിലേക്കു ഉടനെ വിളിപ്പിക്കുമെന്നുറപ്പാണ്. അങ്ങനെ വന്നാൽ എന്റെ സ്ഥിതി എന്തായിരിക്കുമെന്നാലോചിച്ചിട്ട് ഒരു സമാധാനവുമില്ല."

പക്ഷേ, കുതിരയുടെ അങ്കലാപ്പൊന്നും കാളയ്ക്കുണ്ടായിരുന്നില്ല. കാള ഇങ്ങനെ മറുപടി നൽകി:

"ഞാനും അക്കാര്യം ആലോചിക്കുകയായിരുന്നു. എപ്പോഴാണ് നമ്മുടെ ഉടമയെയും അയാളുടെകൂടെ നിന്നെയും അതിർത്തിയിലേക്കു വിളിക്കുകയാവോ. അയാൾ പോയാൽ പ്രതിദിനം വയലിലുള്ള അദ്ധ്വാനത്തിൽനിന്നും എനിക്കു മോചനം കിട്ടും. നീയും പോയാൽ അത്രയും പുല്ലും വൈക്കോലും എനിക്കു മാത്രമായിരിക്കും. അതുകൊണ്ട് ഈ യുദ്ധമൊന്ന്

പെട്ടെന്ന് വ്യാപിച്ചാൽ നന്നായിരുന്നു എന്നു പ്രതീക്ഷിച്ചിരിക്കുകയാണ് ഞാൻ.”

ക്രൂരമായി ഈ പറഞ്ഞത് എന്നു കുതിരയ്ക്കു തോന്നാതിരുന്നില്ല. അവൻ മറുപടിയായിയൊന്നും പറഞ്ഞില്ല.

ദിവസങ്ങൾ കഴിഞ്ഞുകൊണ്ടിരുന്നു. യജമാനൻ യുദ്ധമുഖത്തേക്കു പോകാനുള്ള സന്നാഹങ്ങൾ സജ്ജീകരിക്കുകയാണ്. അതിന്റെ ഭാഗമായി കുതിരയ്ക്കും കൂടുതൽ മെച്ചപ്പെട്ട ഭക്ഷണവും പരിചരണവും പരിശീലനവും ലഭിക്കുന്നുണ്ട്. വീട്ടിലെയും തൊഴുത്തിലെയും അന്തരീക്ഷം ഇപ്പോൾ മ്ലാനമാണ്.

ഒരു ദിവസം യജമാനൻ വലിയ ആവേശത്തോടെ വീട്ടിലേക്കു കയറിവരുന്നത് കണ്ടു. എന്നിട്ട് ഭാര്യയെ വിളിച്ച് പറയുന്നതു കേട്ടു: “എടീ, നീയറിഞ്ഞോ? നമ്മൾ യുദ്ധം ജയിച്ചിരിക്കുന്നു.”

“അപ്പോൾ ഇനി നിങ്ങൾക്ക് പോകേണ്ടി വരില്ലേ?”

“എന്തിനു പോകണം. ശത്രുക്കൾ തോറ്റു കീഴടങ്ങി. രാജ്യമെങ്ങും ആഘോഷം തുടങ്ങിയിരിക്കുന്നു.”

“അതു നന്നായി. എന്റെ പ്രാർത്ഥന ദൈവം കേട്ടു.”

“അതൊക്കെ വിട്. നമുക്കിതൊന്ന് ആഘോഷിക്കണം. ഞാൻ ബന്ധുക്കളെയും സുഹൃത്തുക്കളെയുമൊക്കെ വിളിക്കാൻ പോവുകയാണ്.”

എന്നിട്ടയാൾ കൂട്ടിച്ചേർത്തു: “കാളയെ അറുത്തു ഇറച്ചിയാക്കാൻ ഞാൻ ഖസായിയോട് പറഞ്ഞുകഴിഞ്ഞു. അയാൾ അടുത്ത ദിവസം ഇവിടെയെത്തും.”

ഇത്രേയുള്ളൂ മനുഷ്യന്റെ കാര്യം. ഇത്രേയുള്ളൂ മൃഗങ്ങളുടെയും.

(അറേബ്യൻ നാടോടിക്കഥ)

ഇടയൻ കുറുക്കൻ

ഒരു വീട്ടമ്മയ്ക്ക് കുറേ ചെമ്മരിയാടുകളുണ്ടായിരുന്നു. അവരെന്നും അതിരാവിലെ അവയുമായി കാട്ടിൽ മേയാൻ പോയി വൈകുന്നേരത്തോടെ തിരിച്ചുവരും. കാലം കുറേ കഴിഞ്ഞപ്പോൾ അതൊന്നും ആ സ്ത്രീക്ക് എളുപ്പമല്ലാതായി. അപ്പോഴാണ് ആടുകളെ മേക്കാൻ ഒരിടയനെ വെച്ചാലോ എന്നവർ ആലോചിച്ചത്.

അതോടെ അവരുടെ ചിന്ത കാട്ടിൽ എന്നും കാണുന്ന ജന്തുക്കളിലേക്കു തിരിഞ്ഞു. കരടി ഭീമാകാരനും അതിശക്തനുമായതിനാൽ അവനെത്തന്നെ ഇടയനാക്കിയേക്കാം എന്നവർ തീരുമാനിച്ചു. അവനും അതു സമ്മതമായിരുന്നു. പക്ഷേ, ആ ഭീകരൻ ആടുകൾക്കിടയിലേക്കിറങ്ങിയതും അവയൊക്കെ പേടിച്ചുവിറച്ച് ചിതറിയോടി.

ഇടയപ്പണിക്കുള്ള അടുത്ത ക്ഷണം ലഭിച്ചത് ചെന്നായയ്ക്കായിരുന്നു. അവൻ പലപ്പോഴും ആടുകളെ കൊന്നു തിന്നിട്ടുള്ളതാണ്. അതിനാൽ അവയെ മേക്കാൻ കിട്ടുന്ന ഈ സുവർണ്ണാവസരം കളഞ്ഞുകുളിക്കാൻ പാടില്ല.

പക്ഷേ, അവന്റെ കൊലയാളി ദംഷ്ട്രങ്ങളും പല്ലിളിയും നഖങ്ങളുമെല്ലാം കണ്ട് ചെമ്മരിയാടുകൾ ഭയന്നുവിറച്ചു. അതോടെ ചെന്നായയ്ക്കു ആടുകളെ മേക്കാൻവേണ്ട യോഗ്യതയൊന്നുമില്ലെന്നു വീട്ടമ്മയ്ക്കു ബോദ്ധ്യമായി.

അങ്ങനെയാണ് കുറുക്കനു നറുക്കു വീണത്. ആ സൂത്രശാലി കാണാൻ സൗമ്യനും വിനീതവിധേയനായഭിനയിക്കാൻ മിടുക്കനുമാണല്ലോ. അതിനാൽ കുറുക്കനെ ആടുകൾക്കും അവയുടെ ഉടമസ്ഥയ്ക്കും ഒരുപോലെ ബോധിച്ചു. അതോടെ അന്നു

മുതൽ ആടുകളുടെ കൂടെയായി കുറുക്കന്റെ ഇരിപ്പും നടപ്പും കിടപ്പും. അതിലാർക്കും ഒരു സംശയവും തോന്നിയതുമില്ല.

പക്ഷേ, ആൾ കുറുക്കനാണല്ലോ. ജീവിവർഗ്ഗങ്ങളിൽ ഇത്ര വലിയ ഒരു ചതിയനും വിരുതനും വേറെയില്ല.

ദിവസങ്ങൾ പലതു കഴിഞ്ഞപ്പോൾ വീട്ടമ്മ തന്റെ ചെമ്മരിയാടുകളുടെ വിശേഷമറിയാൻ വനത്തിലെത്തി. അവിടെയതാ കുറുക്കൻ ചിറിയും തുടച്ചു ഒരു മൂളിപ്പാട്ടും പാടി പുൽത്തകിടിയിൽ കുത്തിമറിയുന്നു. അവിടവിടെയായി രണ്ടുമൂന്നു ആടുകൾ മേയുന്നുണ്ട്.

"ബാക്കി ആടുകളെല്ലാമെവിടെ?" ഉടമസ്ഥ ആശങ്കാകുലയായി.

"ചിലരൊക്കെ തോട്ടിൽ വെള്ളം കുടിക്കാൻ പോയി. ചിലർ കുന്നിൻമുകളിൽ പുല്ലു തിന്നാനും പോയി" എന്ന് എങ്ങും തൊടാതെ ആ വഞ്ചകൻ മറുപടി പറഞ്ഞു.

അതുകേട്ട് തന്റെ കയ്യിലുണ്ടായിരുന്ന പാൽക്കുടം അവിടെ വെച്ച് ആ ഗൃഹസ്ഥ പോയി കാട്ടാറിലിറങ്ങി നോക്കി. അവിടെയെങ്ങും ഒരു ആടും ഉണ്ടായിരുന്നില്ല. തുടർന്ന് കുന്ന് കയറി നോക്കി. അവിടെയും ആടുകൾ ഉണ്ടായിരുന്നില്ല.

അതോടെ തന്റെ ആടുകളെയൊക്കെ കള്ളക്കുറുക്കൻ കൊന്നുതിന്നെന്ന് അവർക്കുറപ്പായി. ഉടനെ മൈതാനത്തു തിരിച്ചെത്തിയപ്പോൾ അവിടെയതാ കുറുക്കൻ തന്റെ പാൽക്കുടത്തിൽ തലയിട്ട് പാൽപ്പാട നക്കിത്തിന്നുന്നു. അതുകണ്ട് ആ മഹിള അവനു നല്ലൊരു വീക്കു വെച്ചുകൊടുത്തു.

ഓർക്കാപ്പുറത്തു ഒരു പ്രഹരം കിട്ടിയപ്പോൾ അവൻ തല പുറത്തെടുത്ത് ഓടാൻ ശ്രമിച്ചു. അതിനിടയിൽ കുടം മറിയുകയും അതിൽ നിന്നൊഴുകിയ പാൽപ്പാടമേൽ അവന്റെ വാലറ്റം ഉരസുകയും ചെയ്തിരുന്നു.

അങ്ങനെയാണത്രെ കുറുക്കന്മാരുടെ വാലറ്റം വെളുത്തുപോയത്.

(നോർവീജിയൻ നാടോടിക്കഥ)

ഖാസിയുടെ തമാശ

ഒരു പട്ടണത്തിൽ ഒരു തൂപ്പുകാരനുണ്ടായിരുന്നു. അവിടത്തെ തെരുവീഥികളും ബസാറുമെല്ലാം വൃത്തിയാക്കുകയായിരുന്നു അയാളുടെ ചുമതല.

ഒരു ദിവസം നിരത്ത് അടിച്ചുവാരുമ്പോൾ അയാൾക്ക് ഒരു പണക്കിഴി കിട്ടി. വളരെ മുമ്പുതന്നെ ആർക്കോ നഷ്ടപ്പെട്ടത്. അയാൾ പണക്കിഴി തുറന്നുനോക്കി. അതിനകത്ത് ഒന്നുരണ്ട് ചെറിയ തുട്ടുകൾ മാത്രമാണുണ്ടായിരുന്നത്.

വെറുതെ കിട്ടിയതല്ലേ. തന്റെ കൊച്ചുമകൾക്ക് എന്തെങ്കിലും വാങ്ങുക അയാൾ മിഠായിക്കടയിൽ തന്നെ ചെന്നു. ഒരു ചെറിയ കുപ്പി തേൻ. അവൾക്കാണെങ്കിൽ തേൻ വലിയ ഇഷ്ടവുമാണ്. അയാൾ തേൻകുപ്പിയുമായി വീട്ടിലെത്തി.

അന്നേരം കൊച്ചുമോൾ പള്ളിക്കൂടത്തിലായിരുന്നു. അവൾ വരാൻ വൈകുന്നേരമാകും. അതിനാൽ തൂപ്പുകാരൻ തന്റെ ജോലിക്കായി വീണ്ടും അങ്ങാടിയിലേക്കിറങ്ങി.

ശുചീകരണം കഴിഞ്ഞ് വൈകുന്നേരം അയാൾ വീട്ടിലെത്തിയപ്പോൾ കുപ്പിയതാ കാലിയായി കിടക്കുന്നു. കുഞ്ഞ് അതെല്ലാം ഒറ്റയടിക്ക് കുടിച്ചുതീർത്തോ എന്നയാൾ ഭാര്യയോടു ചോദിച്ചു.

"അവൾക്കതിൽ ഒരു തുള്ളിപോലും കിട്ടിയില്ല. ഒന്നും ബാക്കിവെക്കാതെ ഉറുമ്പുകൾ കുപ്പി നക്കിത്തുടച്ചു." അവർ സങ്കടപ്പെട്ടു. "കുപ്പി താഴെ വീണ് തറയിൽ പരന്നതൊക്കെ ഈച്ചകൾ ഈമ്പിക്കുടിച്ചു."

അതു കേട്ടു തൂപ്പുകാരന് സങ്കടവും രോഷവും തോന്നി. അടുത്ത ദിവസം രാവിലെത്തന്നെ അയാൾ ന്യായാധിപനായ

ഖാസിയെ കാണാൻ കോടതിയിലെത്തി നടന്നതെല്ലാം സവിസ്തരം കേൾപ്പിച്ചു. ശേഷം ഇങ്ങനെ അപേക്ഷിച്ചു:

"ഹുസൂർ, മേൽ കാരണത്താൽ ഉറുമ്പുകളെയും ഈച്ചകളെയും മുഴുവൻ അറസ്റ്റു ചെയ്തു വധശിക്ഷയ്ക്കു വിധിക്കണം."

അതുകേട്ട് മുൻസിഫ് ഒന്നു പുഞ്ചിരിച്ചു:

"നിങ്ങൾ പറഞ്ഞത് തികച്ചും ന്യായമാണ്. പക്ഷേ, ഒരു പ്രശ്നമുണ്ട്. ഉറുമ്പുകളെ തുരത്താൻ പ്രാപ്തമായ ഒരു സേന നമ്മുടെ രാജ്യത്തില്ല. ഈച്ചകളെ അമ്പെയ്തു താഴെ വീഴ്ത്താനും നമുക്ക് ആവതില്ല. അതിനാൽ മറ്റൊരു പോംവഴി തേടേണ്ടതുണ്ട്."

"എന്തു പോംവഴി?"

"ഈച്ചകളെ എവിടെ കണ്ടാലും തല്ലിക്കൊല്ലാനുള്ള അധികാരം നാം നിങ്ങളിൽ നിക്ഷിപ്തമാക്കുന്നു. അതിനാൽ ഈ നിമിഷം മുതൽ നിങ്ങളുടെ പ്രവർത്തനം തുടങ്ങുക. ഒരൊറ്റ ഈച്ചയേയും ഉറുമ്പിനേയും വെറുതെ വിടരുത്. അതു നിരുത്തരവാദ പ്രവർത്തനമായി കണക്കാക്കും." ജഡ്ജി കൽപന നൽകി.

"മഹാശയൻ, അങ്ങയുടെ ഉത്തരവു പ്രകാരം അടിയനിതാ ജോലി തുടങ്ങുന്നു." തൂപ്പുകാരൻ പ്രതികരിച്ചു.

തന്റെ നീണ്ട ചൂലുമായി അയാൾ പുറത്തേക്കിറങ്ങാൻ തുടങ്ങുമ്പോഴതാ മുഴുത്തൊരു മണിയനീച്ച പറന്നുവന്ന് ഖാസിയുടെ മൂർദ്ധാവിലിരിക്കുന്നു. അതുകണ്ട് തൂപ്പുകാരന് തന്റെ കലിയടക്കാനായില്ല.

അയാളുടനെ തന്റെ ഭാരിച്ച ചൂലെടുത്ത് ന്യായാധിപന്റെ തലയ്ക്കിട്ടൊരടി. അതിന്റെ ആഘാതത്തിൽ അദ്ദേഹത്തിനെത്ര വേദനിച്ചെന്നോ ശിരസ്സിനു മുറിവു പറ്റിയെന്നോ ഈച്ചയ്ക്കെന്തു സംഭവിച്ചെന്നോ അന്വേഷിക്കാൻ നിൽക്കാതെ കോടതിയിലുണ്ടായിരുന്ന സുരക്ഷാഭടന്മാർ തൂപ്പുകാരനെ അറസ്റ്റുചെയ്യാൻ വന്നു.

പക്ഷേ, അതിനകം സ്വബോധം തിരിച്ചുകിട്ടിയ ഖാസി അവരെ തടഞ്ഞു: "വേണ്ട, തെറ്റെന്റേതാണ്. പാവത്താന്മാരോട് പൊട്ടത്തരം പറയാൻ പാടില്ലെന്ന് ഇയാളെന്നെ പഠിപ്പിച്ചു."

(അറേബ്യൻ നാടോടിക്കഥ)

പിശുക്കനും യാചകനും

ഒരു ദരിദ്രബാലൻ ധനികനായ വ്യാപാരിയുടെ മഹലിലെത്തി. അവന് ഉടുതുണിക്ക് മറുതുണിയില്ലായിരുന്നു. ഉള്ളതുതന്നെ കീറിപ്പറിഞ്ഞത്.

“ഹുസൂർ, അല്ലാഹുവിന്റെ നാമത്തിൽ എനിക്ക് ഒരു ജോടി ഉടുപ്പുകൾ കനിഞ്ഞു നൽകണം.”

അല്ലാഹുവിന്റെ നാമത്തിൽ എന്തെങ്കിലും യാചിക്കുന്നവന് അത് നിരസിക്കുന്നത് വൻപാപമായിട്ടാണ് കണക്കാക്കപ്പെടുന്നത്. അതിനാൽ ധനാഢ്യൻ അവന് തന്റെ ചില വസ്ത്രങ്ങൾ എടുത്തുകൊടുത്തു. തന്റെ കൈവശമുള്ള ഏറ്റവും പഴയ തുണികളായിരുന്നു അവ.

ആ യാചകബാലൻ അവയെടുത്തു ധരിച്ചു. എന്നിട്ട് അതിന്റെ പുറത്ത് ഇങ്ങനെയെഴുതിയ ഒരു ലേബൽ ഒട്ടിച്ചു വെച്ചു: “അല്ലാഹുവല്ലാതെ മറ്റൊരു ഇലാഹ് (ദൈവം) ഇല്ല.”

അത് പൂർണ്ണമായ ദിവ്യസൂക്തമല്ല. പൂർണ്ണവചനം ഇങ്ങനെയാണ്: “അല്ലാഹുവല്ലാതെ മറ്റൊരു ഇലാഹ് ഇല്ല; മുഹമ്മദ് അവന്റെ പ്രവാചകനാകുന്നു.” ഈ രണ്ടാമത്തെ വചനം പയ്യൻ ഉൾപ്പെടുത്താത്തതിന്റെ കാരണം മുതലാളി അവനോടു ചോദിച്ചു.

“ഓ, അതിൽ വലിയ കാര്യമൊന്നുമില്ല.” ബാലൻ നിർന്നിമേഷനായി മറുപടി പറഞ്ഞു. “ഈ പോഷാക്ക് തുന്നിയ കാലത്ത് മുഹമ്മദ്നബി ജനിച്ചിട്ടുപോലുമുണ്ടായിരുന്നില്ലല്ലോ.”

അതു കേട്ടപ്പോഴാണ് പാവങ്ങളെ പരിഹസിച്ചാലും നോവിച്ചാലും അതേ നാണയത്തിൽ തിരിച്ചുകിട്ടുമെന്ന് സമ്പന്നനു മനസ്സിലായത്.

(അറേബ്യൻ നാടോടിക്കഥ)

ആശംസകൾ

ധനാഢ്യനെങ്കിലും പാമരനായ ഒരു വ്യാപാരിയുണ്ടായിരുന്നു. വിദ്യാഭ്യാസമില്ലാത്തതിനാൽ ഉന്നതരുടെ ശീലങ്ങളും പെരുമാറ്റവുമൊന്നും അയാൾക്കു വശമുണ്ടായിരുന്നില്ല.

ഒരിക്കൽ അദ്ദേഹത്തെ ഒരു പണ്ഡിതന്റെ ജന്മദിനാഘോഷ പരിപാടിയിലേക്ക് ക്ഷണിച്ചു. അത് വലിയൊരു ബഹുമതിയായാണ് അയാൾ കരുതിയത്.

"അവിടെ ചെല്ലുമ്പോൾ ഞാൻ എങ്ങനെയാണ് ആ വിജ്ഞനെ അഭിവാദ്യം ചെയ്യേണ്ടത്?" അയാൾ തന്റെ ശിങ്കിടികളോട് ചോദിച്ചു. ഇത്തരം സന്ദർഭങ്ങളെക്കുറിച്ച് അറിവുള്ളവരായിരുന്നു അവരിൽ ചിലർ.

"ഇതുപോലുള്ള നൂറുനൂറു സന്തോഷദിനങ്ങൾ നിങ്ങൾക്കുണ്ടാവട്ടെ, എന്നു പറഞ്ഞാൽ മതി." അവർ നിർദ്ദേശിച്ചു.

ആ വരികൾ മനഃപാഠമാക്കിയാണ് ധനികൻ വീട്ടിൽ നിന്നിറങ്ങിയത്. അല്പം ദൂരെയെത്തിയപ്പോൾ അതാ തനിക്കഭിമുഖമായി ഒരു ശവമഞ്ചവും കൂടെ മൃതന്റെ ദുഃഖാർത്തരായ ബന്ധുമിത്രാദികളും വരുന്നു. വിലാപയാത്ര അടുത്തെത്തിയപ്പോൾ അയാൾ താൻ പഠിച്ചുവെച്ചിരുന്നത് ഒന്നു പരീക്ഷിക്കാൻ തീരുമാനിച്ചു:

"ഇതുപോലുള്ള നൂറുനൂറു ദിനങ്ങൾ നിങ്ങൾക്കോരോരുത്തർക്കും ഉണ്ടാവട്ടെ." പണക്കാരൻ പറഞ്ഞൊപ്പിച്ചു.

അവസരമറിയാതെ അനാവശ്യം പറയുന്നതുകേട്ട് സംസ്കാരച്ചടങ്ങിനു പോകുന്നവർ കലികേറി അയാളെ

കടന്നാക്രമിച്ചു. അതിനുശേഷമാണ് അയാൾക്കു പറ്റിയ തെറ്റിനെപ്പറ്റി അവർ മനസ്സിലാക്കിയത്. തുടർന്ന് ഇത്തരം അവസരങ്ങളിൽ എന്തു പറയണമെന്ന് അവർ മുതലാളിയെ പഠിപ്പിച്ചു.

പുത്തനറിവുമായി വീണ്ടും മുന്നോട്ടു നടന്നപ്പോൾ അതാ വരുന്നു ഒരു വിവാഹഘോഷയാത്ര. പാട്ടും നൃത്തവും പടക്കവുമൊക്കെയുണ്ട്. തിമിർത്താടുന്ന യുവാക്കൾ നേരെ മുന്നിലെത്തിയതും അയാൾ അവരെ ആഹ്ലാദപൂർവ്വം അഭിവാദ്യം ചെയ്തു:

"നിങ്ങൾക്ക് ഹൃദയംഗമമായ അനുശോചനം." അതുകേട്ട് കുതിരപ്പുറത്തിരുന്ന വരനും വധുവും വല്ലാതായി. ആ അപമാനം സഹിക്കാനാവാതെ അവരുടെ സുഹൃത്തുക്കളായ യുവാക്കൾ എന്തു ചെയ്തു എന്നു പറയേണ്ടതില്ലല്ലോ. ഏതായാലും സന്ദർഭോചിതമായി എങ്ങനെ സംസാരിക്കണം എന്നു പഠിപ്പിച്ചിട്ടാണ് അവർ സമ്പന്നനെ വിട്ടയച്ചത്.

വീണ്ടും മുന്നോട്ടു പോയപ്പോൾ അയാൾ കണ്ടത് ബ്രഹ്മചാരികളായ കുറേ സന്ന്യാസിമാരെയും സന്ന്യാസിനിമാരെയുമാണ്. തങ്ങളുടെ മഠങ്ങളിലേക്കു മടങ്ങുന്ന അവരെ തടഞ്ഞുനിർത്തി വിവാഹസംഘം പഠിപ്പിച്ചത് അയാൾ ബ്രഹ്മചാരികളോടു വിളമ്പി:

"നിങ്ങൾക്ക് ആയുരാരോഗ്യസൗഖ്യവും അനേകം കുഞ്ഞുങ്ങളെയും നേരുന്നു." ദിവ്യന്മാരാണെങ്കിലും തങ്ങളുടെ മേൽ പരസ്യമായി അവിഹിതവേഴ്ച ആരോപിക്കുന്ന ആരെയും അവർ വെറുതെ വിടാറുണ്ടായിരുന്നില്ല. അങ്ങനെ അവരിൽ നിന്നും കിട്ടി അയാൾക്കു പിടിപ്പതു പ്രഹരം.

അതു കണ്ടാണ് ഒരു കർഷകൻ അവിടെ എത്തിയത്. നടന്ന സംഭവമറിഞ്ഞപ്പോൾ കൃഷിക്കാരൻ ശരിയായ വാക്യം മുതലാളിയെ പഠിപ്പിച്ചു:

"നിങ്ങളുടെ കണ്ണിനു താഴെയുള്ള ഓരോ ചെറിയ മണിയും ഒരു മാതളനാരങ്ങപോലെ വലുതാവട്ടെ." എവിടെ ചെന്നും ഈ അനുഗ്രഹവാക്കുകൾ മൊഴിഞ്ഞാൽ തെറ്റുവരില്ലെന്നും കൃഷിക്കാരൻ ഉറപ്പുകൊടുത്തു. കാര്യങ്ങൾ വ്യക്തമായും വിശാലമായും കാണാൻ ഇടയാക്കട്ടെ എന്നേ ഈ വാചകത്തിനർത്ഥമുള്ളൂ.

അടുത്ത ദിവസം അയാൾക്കു പോകേണ്ടിയിരുന്നത് കൊട്ടാരത്തിലേക്കായിരുന്നു. അവിടെ രാജകുമാരിയുടെ താലികെട്ട് സംഘടിപ്പിച്ചിട്ടുണ്ട്.

കുമാരിയുടെ മുന്നിലെത്താൻ സന്ദർഭം ലഭിച്ചപ്പോൾ അയാൾ ഭവ്യതയോടെ തന്റെ ആശംസ നേർന്നു:

"ഭവതിയുടെ കണ്ണിനു താഴെയുള്ള ഓരോ ചെറിയ മണിയും..."

അയാൾ അതു പറഞ്ഞുതീരുന്നതിനു മുമ്പുതന്നെ സുരക്ഷാഭടന്മാർ അയാളെ ചവിട്ടിയകറ്റി. അങ്ങനെ വേദനിച്ചു കിടക്കുമ്പോൾ ഇപ്പോൾ തനിക്കെന്തു തെറ്റുപറ്റി എന്നയാൾ ആശ്ചര്യപ്പെടുകയായിരുന്നു. കാരണം, തന്റെ ആശംസ അറിയിക്കുമ്പോൾ അയാൾ കുമാരിയുടെ മുഖത്തു നോക്കിയിരുന്നില്ല. അതിനാൽ ആ നേത്രങ്ങൾക്കുതാഴെ മുഖം മുഴുവൻ വ്യാപിച്ച കുരുവും മുഴയും ഒന്നും കണ്ടിരുന്നതുമില്ല.

(അറേബ്യൻ നാടോടിക്കഥ)

മാന്ത്രികക്കോട്ട്

പണ്ട് സ്കാൻഡിനേവിയയിൽ ആൽഡർ എന്ന ഒരു ദരിദ്രബാലനുണ്ടായിരുന്നു. അവനാകെയുണ്ടായിരുന്നത് ഒരു ചാവാലിക്കുതിരയും ഒരു കണ്ടംബെച്ച കോട്ടും. തൊണ്ണൂറു സ്ഥലത്തെങ്കിലും അതിന് കീറിത്തുന്നലുകളുണ്ടായിരുന്നു. എന്നിട്ടും എഴുപതു ദ്വാരങ്ങൾ ബാക്കി.

വിശന്നുവലഞ്ഞ് മുടന്തി നടക്കുന്ന ആ കുതിരപ്പുറത്തു കയറി അവൻ ലക്ഷ്യമില്ലാതെ എങ്ങോട്ടോ സഞ്ചരിക്കുകയായിരുന്നു. ഡിസംബറിലെ അതിശൈത്യ ദിനങ്ങളാകയാൽ ഇരുവരും തണുത്തു വിറയ്ക്കുന്നുണ്ട്. ഇങ്ങനെ പോയാൽ അശ്വവും അശ്വാരൂഢനും അധികം വൈകാതെ വിറങ്ങലിച്ചു മരിക്കുമെന്നുറപ്പ്.

അപ്പോഴാണ് അധികം ദൂരെയല്ലാതെ പാതയോരത്തു ഒരാൾ കുതിരപ്പുറത്തു നിൽക്കുന്നതു കണ്ടത്. മുന്തിയതരം ചെന്നായത്തോലും രോമവും കൊണ്ടുണ്ടാക്കിയ കോട്ടാണ് അയാൾ ധരിച്ചിരിക്കുന്നത്. വില കൂടിയ രോമത്തൊപ്പിയും മഫ്ളറും കൂടെയുണ്ട്. അയാളുടെ കുതിരയും ഒന്നാംകിടയാണെന്നതിൽ സംശയമില്ല.

അതെല്ലാം കണ്ട് ആൽഡർക്ക് സങ്കടവും അസൂയയും തോന്നി. വലിയ മുതലാളിയായ അയാൾക്ക് ഇനിയും അനേകം കോട്ടുകളും വേറെയും കുതിരകളും കാണും. അതിനാൽ ഇവയെങ്ങനെ തട്ടിയെടുക്കാം എന്നതായിരുന്നു ആ വിരുതന്റെ ചിന്ത.

ധനികന്റെ അടുത്തെത്തുന്നതിനു മുമ്പുതന്നെ ആൽഡർ തന്റെ കോട്ടിന്റെ ബട്ടണുകൾ ഊരി കോട്ടു തുറന്നിട്ടു. എന്നിട്ട്

ഒരു മൂളിപ്പാട്ടും പാടി അങ്ങോട്ടെത്തി. ഈ കൊടുംതണുപ്പിൽ കോട്ടു തുറന്നിട്ട് പാട്ടുംപാടി നടക്കുന്നവനെ കണ്ട് പ്രഭു അതിശയിച്ചു. കാരണം, ഇത്രയൊക്കെ ഉടയാടകളുണ്ടായിട്ടും താൻ അതീവ ദുരിതത്തിലാണല്ലോ.

"ഈ മരംകോച്ചുന്ന തണുപ്പൊന്നും നിന്നെ ബാധിക്കുന്നില്ലേ?" അയാൾ അതിശയത്തോടെ ചോദിച്ചു.

"ഒട്ടുമില്ല. ഇതൊരു മാന്ത്രികക്കോട്ടാണ്. ഇതിന്റെ ഒരു ദ്വാരത്തിലൂടെ അകത്തു പ്രവേശിക്കുന്ന ശീതക്കാറ്റ് മറ്റൊരു ഓട്ടയിലൂടെ പുറത്തു കടക്കും. അതിനാൽ എനിക്കെപ്പോഴും ഇളംചൂട് ലഭിക്കുന്നു." അവൻ തന്റെ യാതന പുറത്തു കാണിക്കാതെ അവകാശപ്പെട്ടു. "പക്ഷേ, നിങ്ങളെ കണ്ടിട്ട് എനിക്ക് സഹതാപം തോന്നുന്നു. ചെന്നായ ചർമ്മക്കോട്ടും മഫ്ളറും മങ്കിക്യാപ്പും ഉണ്ടായിട്ടും നിങ്ങളുടെ അവസ്ഥ നോക്കൂ. അവകൊണ്ടൊരു ഉപകാരവുമില്ലല്ലോ."

അവന്റെ സൂത്രം ഏറ്റു.

"നീ പറഞ്ഞത് തികച്ചും ശരിയാണ്. ഒരു കാര്യം ചെയ്യാം. വില കൂടിയതും പുതിയതുമെങ്കിലും ഉപയോഗശൂന്യമായ എന്റെ വസ്ത്രങ്ങൾ നിനക്കഴിച്ചു തരാം. പകരം നിന്റെ മാന്ത്രികക്കോട്ട് എനിക്കു തന്നാൽ മതി." പ്രഭു അറിയിച്ചു.

അതായിരുന്നല്ലോ അവനും ആഗ്രഹിച്ചത്. പക്ഷേ, അന്തരംഗത്തെ സന്തോഷമൊന്നും അവൻ പുറത്തു കാണിച്ചില്ല. അവസാനം മനസ്സില്ലാമനസ്സോടെയെന്നവണ്ണം അവൻ ആ കൈമാറ്റത്തിനു തയ്യാറായി. പക്ഷേ, ഒരു നിബന്ധനയുണ്ടായിരുന്നു. പ്രഭുവിന്റെ കുതിരയും അവന്റേതും തമ്മിൽ വെച്ചുമാറണം. കാരണം, ആ കീറക്കോട്ടിട്ടവനെയേ തന്റെ കുതിര തിരിച്ചറിയുകയും പുറത്തു കയറാൻ അനുവദിക്കുകയും ചെയ്യുകയുള്ളൂ.

അങ്ങനെ വിലകൂടിയ പുത്തൻ വസ്ത്രങ്ങളും ധരിച്ച് പ്രഭുവിന്റെ ശക്തനായ കുതിരപ്പുറത്തു കയറി ആൽഡർ അപ്രത്യക്ഷനായതിനു ശേഷമേ തന്നെ വിഡ്ഢിയാക്കി ആ ബാലൻ കബളിപ്പിക്കുകയായിരുന്നുവെന്ന് പ്രഭുവിന് ബോദ്ധ്യമായുള്ളൂ.

(സ്കാൻഡിനേവിയൻ നാടോടിക്കഥ)

പാലത്തിലെ പിശാച്

ഒരു വൻമലയിൽ എവിടെയോ ആയി ഒരു പിശാച് പാർത്തിരുന്നു. മലയുടെ അടിവാരത്തുകൂടെ ഒഴുകുന്ന പുഴയുടെ അപ്പുറത്തെ താഴ്വരയിൽ ഒരു ഗ്രാമമാണ്. ആ ഗ്രാമത്തിലെ ജനങ്ങളെ പ്രലോഭിപ്പിച്ചും തെറ്റിദ്ധരിപ്പിച്ചും തന്റെ വഴിയിലേക്കു ചേർക്കുക എന്ന ലക്ഷ്യത്തോടെയായിരുന്നു സാത്താൻ അവിടം വിട്ടുപോകാതിരുന്നത്.

പക്ഷേ, ആ നികൃഷ്ടന്റെ മോഹനവാഗ്ദാനങ്ങളിലൊന്നും വീണ് അന്നാട്ടിൽ ആരുംതന്നെ നരകത്തിലേക്കുള്ള പാത തെരഞ്ഞെടുത്തില്ല. അവന്റെ ശ്രമങ്ങൾ പരാജയപ്പെടാൻ ഒരു പ്രധാന കാരണമുണ്ടായിരുന്നു. ഗ്രാമാതിർത്തിയിൽ താമസിച്ചിരുന്ന ദിവ്യന്റെ പ്രാർത്ഥന കേട്ടിരുന്ന ഈശ്വരൻ സാത്താനെ വിജയിക്കാൻ അനുവദിച്ചിരുന്നില്ല.

അവസാനം ഗത്യന്തരമില്ലാതെ ചെകുത്താൻ ദിവ്യനെ ചെന്നു കണ്ട് വിനയമഭിനയിച്ച് അപേക്ഷിച്ചു:

“അങ്ങയുടെ ശ്രമങ്ങൾ കാരണം ഈ ഗ്രാമത്തിൽനിന്ന് എനിക്കാരെയും പാതാളത്തിലേക്കാനയിക്കാൻ കഴിയുന്നില്ല. അതിനാൽ ഒരൊറ്റ ജീവനെയെങ്കിലും എന്റെ കൂടെ കൂട്ടാൻ അനുവദിക്കണം. അതോടെ ഞാൻ ഇവിടംവിട്ടു പൊയ്ക്കൊള്ളാം.”

ചെകുത്താന്റെ ദയനീയാവസ്ഥ കണ്ട് ദിവ്യാത്മാവിന്റെ മനസ്സലിഞ്ഞു. പുറമെ അവനെ സ്ഥിരമായി ഒഴിവാക്കാൻ കിട്ടുന്ന അവസരവുമാണിത്. അതെല്ലാമോർത്ത് അദ്ദേഹം പറഞ്ഞു:

“എങ്കിൽ ഒരു കാര്യം ചെയ്യാം. ഗ്രാമവും വനവും തമ്മിൽ വേർതിരിക്കുന്ന പുഴയ്ക്കുമീതെ നീ ഒരു പാലം നിർമ്മിക്കുക.

അത് ഇപ്പുറത്തെ മനുഷ്യർക്കും അപ്പുറത്തെ മനുഷ്യർക്കും ഒരുപോലെ പ്രയോജനപ്രദമാകും." ഒന്നു നിർത്തിയിട്ട് അദ്ദേഹം തുടർന്നു:

"പാലംവഴി ആദ്യമായി ആരാണോ മറുകര പൂകുന്നത് ആ ആത്മാവിനെ നിനക്ക് നരകത്തിലേക്കു കൊണ്ടുപോകാം."

ദിവ്യന്റെ വാഗ്ദാനം ചെകുത്താന് നന്നായി ഇഷ്ടപ്പെട്ടു. ഒട്ടും പ്രയത്നിക്കാതെയും ആരുടെയും എതിർപ്പ് അഭിമുഖീകരിക്കാതെയും ഒരുവൻ അപ്രതീക്ഷിതമായി തന്റെ വലയിൽ വീഴുന്ന അവസ്ഥ അവനെ വല്ലാതെ സന്തോഷിപ്പിക്കുകയും ചെയ്തു.

പിശാചല്ലേ, അവനുണ്ടോ ഒരു പാലം നിർമ്മിക്കാൻ സമയവും സാമഗ്രികളും വേണ്ടത്. ഒരു ദിവസം ഇരുട്ടി വെളുത്തപ്പോൾ നദിക്കു മീതെ മനോഹരമായ ഒരു പാലം റെഡി. ഇനിയും അതു കടക്കുന്ന ആദ്യത്തെ വ്യക്തിക്കായി കാത്തിരിക്കണം.

പക്ഷേ, ഹതഭാഗ്യനായ ആ ഇരയ്ക്കായി അധികനേരമൊന്നും ആ നിന്ദ്യന് നോക്കിയിരിക്കേണ്ടി വന്നില്ല. പുത്തൻ പാലം കണ്ടു അതാ വരുന്നു ഒരു കാട്ടുകഴുത. അവൻ വലിയ വായിൽ കരഞ്ഞുകൊണ്ട് വനത്തിൽനിന്നും പാലംവഴി ഗ്രാമത്തിലേക്കു നടക്കുന്നു.

അപ്പോഴാണ് പാലത്തിനരികെ വലിയ പ്രതീക്ഷയോടെ നിന്നിരുന്ന സാത്താന്റെ സമീപത്തേക്ക് ദിവ്യൻ നടന്നെത്തിയത്.

"കണ്ടില്ലേ, അതാ പോകുന്നു നിന്റെ അനുയായി. ഉടനെ അവനെ പിടിച്ച് നരകത്തിലേക്കു നടന്നോ. അല്ലെങ്കിൽ നാട്ടുകാർ കഴുതയെ ഇണക്കി അവനെയൊരു ചുമട്ടുമൃഗമാക്കും." മഹർഷി പറഞ്ഞുകൊടുത്തു.

അതുകേട്ട് അരിശമടക്കാനാവാതെയും നിരാശ ഒടുങ്ങാതെയും പിശാച് പുഴയിലേക്കെടുത്തുചാടി.

അവനെ പിന്നീട് ആരുംതന്നെ അവിടെയെങ്ങും കണ്ടിട്ടില്ലെന്നാണറിവ്.

(ഇറ്റാലിയൻ കഥ)

അരക്കള്ളൻ, മുക്കാൽകള്ളൻ

ഒരു ദേശത്ത് തസ്കരന്മാരായ മൂന്നു സഹോദരന്മാരുണ്ടായിരുന്നു. അവരോരോരുത്തരും താനാണ് ഏറ്റവും മികച്ച കള്ളൻ എന്ന് അവകാശപ്പെടുമായിരുന്നു. അവരുടെ അപ്പൻ, മക്കൾ കുഞ്ഞുങ്ങളായിരിക്കെ നാടുവിട്ടു പോയതാണ്. പിന്നീടൊരു വിവരവുമില്ല. മക്കൾക്കാണെങ്കിൽ അപ്പനെ കണ്ട ഓർമ്മയുമില്ല.

മക്കൾ പരസ്പരം വീമ്പടിക്കുന്നത് കേട്ട് അവരുടെ അമ്മ പറഞ്ഞു:

“ഇവിടെയിരുന്ന് പിച്ചുംപേയും പറയാതെ റോട്ടിലേക്കു ചെല്ല്. എന്നിട്ട് വല്ല പാവത്തിനെയും കെണിയിൽ പെടുത്തി നാലു കാശുണ്ടാക്കി തിരിച്ചു വാ. എന്നിട്ടുവേണം അരി വാങ്ങി കഞ്ഞി കാലമാക്കാൻ.” തന്റെ പുത്രന്മാരെ മോഷ്ടാക്കളാക്കിയത് ആ അമ്മയാണെന്ന് ഇപ്പോൾ മനസ്സിലായില്ലേ?

നിർദ്ദേശിച്ചതുപ്രകാരം മൂന്നു യുവാക്കളും രാജപാതയിലെത്തുമ്പോഴതാ ഒരുത്തൻ ആ വഴി കഴുതപ്പുറത്തിരുന്നു യാത്ര ചെയ്യുന്നു. ഒരു മുട്ടനാടിനെ പിന്നിൽ കഴുതയോട് ചേർത്തു കെട്ടിയിട്ടുമുണ്ട്. ആടിന്റെ സാന്നിദ്ധ്യമറിയിക്കാനായി അതിന്റെ കഴുത്തിൽ ഒരു മണിയും തൂക്കിയിട്ടുണ്ട്.

പക്ഷേ, മൂത്തയാൾക്കു ബോധിച്ചത് സഞ്ചാരി ധരിച്ചിരുന്ന വസ്ത്രമായിരുന്നു. വിലകൂടിയ രോമംകൊണ്ടുള്ള കോട്ടും അതിനകത്തു പട്ടിന്റെ കുപ്പായവും കാൽസിറായിയും തുകൽ ഷൂസും. “അവ ഞാൻ മോഷ്ടിക്കും.” അവൻ പ്രഖ്യാപിച്ചു.

“എങ്കിൽ ആ ശക്തൻകഴുതയെ ഞാൻ സ്വന്തമാക്കും.” അതു കേട്ട് രണ്ടാമൻ അറിയിച്ചു.

"എന്നാൽപ്പിന്നെ ആടിനെ അടിച്ചെടുക്കുന്ന ദൗത്യം ഞാൻ ഏറ്റെടുത്തിരിക്കുന്നു." ഏറ്റവും ചെറിയവൻ പറഞ്ഞു.

അതുപ്രകാരം ചെറിയോൻ യാത്രികൻ കാണാതെ പിന്നിൽ ചെന്ന് മുട്ടനാടിന്റെ കഴുത്തിലെ ബെൽ അഴിച്ചു അതു കഴുതയുടെ വാലിൽ കെട്ടി. തുടർന്നു ആടിന്റെ കയറഴിച്ചു അതുമായി രക്ഷപ്പെട്ടു.

കഴുതവാലിലെ ബെല്ലടിയും കേട്ട് കുറച്ചുദൂരം മുന്നോട്ടു പോയപ്പോഴാണ് തന്റെ ആട് നഷ്ടപ്പെട്ടിരിക്കുന്നെന്ന് വഴിപോക്കൻ മനസ്സിലാക്കിയത്. ഉടനെ അയാൾ കഴുതപ്പുറത്തുനിന്നിറങ്ങി വലിയവായിൽ ഒച്ചവെക്കാൻ തുടങ്ങി. അതു കേട്ടിട്ടെന്ന വിധം രണ്ടാം കള്ളൻ അവിടെ പ്രത്യക്ഷപ്പെട്ടു.

"നിങ്ങളുടെ ആടിനെ ഒരുത്തൻ കയറഴിച്ചു കൊണ്ടുപോകുന്നത് ഞാൻ കണ്ടു. ഈ ഇടവഴിയിലൂടെ പോയാൽ അവനെ കയ്യോടെ പിടിക്കാം. കാരണം, ഇതൊരു കുറുക്കുവഴിയാണ്." തിരുടൻ സഹായമെന്നോണം ചൂണ്ടിക്കാട്ടി.

ആ നല്ല മനുഷ്യനെ സഞ്ചാരിക്കു സംശയിക്കേണ്ട കാര്യമുണ്ടായിരുന്നില്ല. കഴുതയ്ക്കു വേണ്ട വീതി വഴിക്കില്ല. അതിനാൽ അയാൾ തന്റെ മൃഗത്തെ നാട്ടുകാരന്റെ കൂടെ വിട്ടു ഇടവഴിയിലൂടെ സ്വയം മുന്നോട്ടു കുതിച്ചു. ആ തക്കത്തിന് കഴുതയുമായി രണ്ടാമൻ അപ്രത്യക്ഷനാവുകയും ചെയ്തു.

ഊടുവഴിയിലൂടെ കുറേ മുന്നോട്ടു നടന്നിട്ടും സഞ്ചാരിക്ക് എവിടെയുമെത്താനായില്ല. ആ പാത ഇടയ്ക്കിടെ അനേകം കൈവഴികളായി പിരിഞ്ഞുപോകുന്നു. അവസാനം ക്ഷീണിച്ചവശനായ അയാൾ എങ്ങനെയോ രാജവഴിയുടെ മറ്റൊരു ഭാഗത്ത് തിരിച്ചെത്തി.

അപ്പോഴതാ, അവിടുത്തെ കിണറ്റിൻകരയിലിരുന്ന് ഒരു യുവാവ് വാവിട്ടു നിലവിളിക്കുന്നു. കാര്യമെന്താണെന്നു പരദേശി തിരക്കി.

"ഞാൻ ഈ വഴിക്കു എന്നും നഗരത്തിലേക്കു പോകുന്ന ഒരു വ്യാപാരിയാണ്. ആയിരം സ്വർണ്ണനാണയങ്ങളടങ്ങിയ പണക്കിഴി കിണറിന്റെ വക്കത്തുവെച്ച് ഞാൻ അൽപം വെള്ളം കോരി

കുടിക്കുകയായിരുന്നു. പെട്ടെന്നാണ് കൈ തട്ടി കിഴി കൂപത്തിലേക്കു പതിച്ചത്. എന്റെ മൊത്തം സമ്പാദ്യമായിരുന്നു അത്. ഇതോടെ ഞാൻ നശിച്ചു." അയാൾ തേങ്ങി.

വ്യാപാരിയുടെ നഷ്ടവിവരം കേട്ട് പഥികനു വല്ലാത്ത സന്തോഷം.

"എനിക്കു നീന്താനും മുങ്ങാനുമറിയാം. പണക്കിഴിക്കായി കിണറിനടിയിലേക്ക് ഊളിയിട്ടു തപ്പേണ്ടിവരും. ചില്ലറക്കാര്യമല്ല. അപ്പോൾ പ്രതിഫലം എന്തു തരും?"

"നേർ പകുതി. അതായത് അഞ്ഞൂറ് സ്വർണ്ണനാണയങ്ങൾ." യുവാവായ വർത്തകൻ ഒട്ടും ശങ്കിക്കാതെ പറഞ്ഞു.

അതു കേട്ട് യാത്രികന്റെ കണ്ണു തള്ളിപ്പോയി. തന്റെ നഷ്ടപ്പെട്ട ആടിനും കഴുതയ്ക്കുംകൂടി കഷ്ടിച്ചു നൂറു നാണയം മൂല്യം വരും. ഒരു വഴി അടയുമ്പോൾ ഈശ്വരൻ വേറെ വലിയൊരു വഴി തുറക്കും എന്നു പറയുന്നതിതാണ്. എല്ലാ ഇരുൾ രാവിനും ശേഷം ഒരു പൊൻകതിർസൂര്യൻ ഉദിച്ചുവരും. എല്ലാം നല്ലതിനാണ് എന്ന ആപ്തവാക്യം എത്ര ശരി എന്നയാൾ ഓർത്തു.

അങ്ങനെ തന്റെ കോട്ടും സ്യൂട്ടും പാപ്പാസും അഴിച്ചു വെറും ഒരു നിക്കറുമിട്ട് അയാൾ കിണറ്റിലേക്കിറങ്ങി. "എന്റെ കോട്ടിന്റെ കീശയിൽ നൂറു സ്വർണ്ണനാണയങ്ങളുണ്ട്. അതാണ് പ്രവാസം മതിയാക്കി നഗരത്തിലുണ്ടായിരുന്നതെല്ലാം വിറ്റുപെറുക്കി നാട്ടിലേക്കു തിരിച്ചുവരുന്ന എന്റെ ആകെയുള്ള സ്വത്ത്. അതിനാൽ അതിനു കാവൽ നിൽക്കുക." ആ സമയം അയാൾ പറയുന്നുണ്ടായിരുന്നു. അതു കച്ചവടക്കാരൻ തലകുലുക്കി സമ്മതിക്കുകയും ചെയ്തു.

കിണറിനടിയിലിറങ്ങി മുങ്ങിത്തപ്പിയിട്ടും അയാൾക്കവിടെ ഒന്നും കാണാൻ കഴിഞ്ഞില്ല. ഇതു പല പ്രാവശ്യം ആവർത്തിച്ചു. അവസാനം കിണറിലെങ്ങും ഒരു സ്വർണ്ണക്കിഴിയും ഇല്ലെന്നുറപ്പാക്കിയ ശേഷം പഥികൻ വിവരം പറയാൻ പുറത്തേക്കു കയറി.

പക്ഷേ, അന്നേരം അവിടെ യുവ വ്യാപാരി ഉണ്ടായിരുന്നില്ല. മാത്രമല്ല, തന്റെ മുഴുവൻ ഉടുപ്പും അതിലുണ്ടായിരുന്ന പണവും കൂടി അപ്രത്യക്ഷമായിരിക്കുന്നു. അപ്പോഴാണ് താൻ മൂന്നാമതും

കബളിപ്പിക്കപ്പെട്ടിരിക്കുന്നുവെന്നു ആ പാവം വൃദ്ധനു ബോദ്ധ്യമായത്.

അല്പം കഴിഞ്ഞ് മൂന്നിടത്തായിപ്പോയിരുന്ന മോഷ്ടാക്കൾ ഒന്നിച്ചുകൂടി തങ്ങളുടെ ദൗത്യവിജയം വിലയിരുത്തി. ഏറ്റവും ഇളയ ആൾ ആടിനെയും രണ്ടാമൻ കഴുതയെയും പറഞ്ഞതുപോലെ അപഹരിച്ചിരിക്കുന്നു. എന്നാൽ, മൂത്തയാൾതന്നെയായിരുന്നു താരം. കാരണം, പ്രവചിച്ചിരുന്ന വസ്ത്രങ്ങൾക്കു പുറമെ നൂറ് സ്വർണ്ണനാണയങ്ങൾകൂടി അവന്റെ കൈവശം വന്നുചേർന്നിരുന്നല്ലോ.

അങ്ങനെ തികഞ്ഞ ആഹ്ലാദത്തോടെയും അഭിമാനത്തോടെയുമാണ് കള്ളന്മാർ അമ്മയെ കാണാനായി വീട്ടിലേക്കു തിരിച്ചത്. സഹോദരന്മാർ ആടും കഴുതയും കോട്ടും സ്യൂട്ടുമായി ആഘോഷത്തോടെ വീട്ടിലെത്തുമ്പോഴതാ അവിടെ നനഞ്ഞൊട്ടിയ നിക്കറുമിട്ട് വിറങ്ങലിച്ചും കരഞ്ഞു കുഴിഞ്ഞ കണ്ണുകളും ആയി ഒരു വയസ്സനിരിക്കുന്നു. തങ്ങൾ ചതിച്ച പഥികനാണതെന്നു ഒന്നു ശ്രദ്ധിച്ചുനോക്കിയപ്പോൾതന്നെ അവർക്കുറപ്പായി.

പുത്രന്മാർ എത്തിയെന്നു കണ്ട് അമ്മ പുറത്തേക്കു വന്നു.

“എടാ മക്കളേ, ഇതാണ് എന്നോ ഇറങ്ങിപ്പോയ നിങ്ങളുടെ പിതാവ്. വയ്യാതായപ്പോൾ വിശ്രമജീവിതത്തിനായി സമസ്ത സമ്പാദ്യവുമായി ഇങ്ങോട്ടു തിരിച്ചതാണ്. പക്ഷേ, അപ്പോഴാണ് ഏതോ കശ്മലന്മാർ അതെല്ലാം തട്ടിയെടുത്തത്. അതാരായാലും അവരൊരിക്കലും ഗുണം പിടിക്കില്ല.”

അതുപറഞ്ഞ് ആ അമ്മ മുറ്റത്തേക്കു നോക്കുമ്പോൾ അവിടെയതാ ഒരു ആടും കഴുതയും മൂത്ത മകന്റെ കയ്യിൽ കോട്ടും കുപ്പായവും. കടുവയെ കിടുവ ഇങ്ങനെയാണല്ലോ പിടിക്കുന്നത്.

(ഇറ്റാലിയൻ കഥ)

അഗ്നിപ്രളയം

പതിനാറാം നൂറ്റാണ്ടു മുതൽ യൂറോപ്യന്മാർ അമേരിക്കൻ ഭൂഖണ്ഡങ്ങളിലേക്ക് കുടിയേറാൻ തുടങ്ങുകയും പതിനെട്ടാം നൂറ്റാണ്ടോടെ അവിടങ്ങളിൽ സമ്പൂർണ്ണാധിപത്യം സ്ഥാപിക്കുകയും ചെയ്യുന്നതിനു മുമ്പ് ഉത്തര അമേരിക്കയിലെ മിക്ക പ്രദേശങ്ങളിലെയും പ്രമുഖ ഗോത്രവർഗ്ഗമായിരുന്നല്ലോ റെഡ് ഇന്ത്യക്കാർ. അവരുടേത് ഒരു പ്രാകൃത മതമായിരുന്നുവെങ്കിലും സ്വന്തമായി അനേകം വിശ്വാസങ്ങളും ആചാരങ്ങളും അവർക്കുണ്ടായിരുന്നു.

ഒരിക്കൽ റെഡ് ഇന്ത്യക്കാരുടെ താമസസ്ഥലത്തിനു ചുറ്റുമുള്ള മലഞ്ചെരുവുകളിൽ വലിയ അഗ്നിപ്രളയം ഉണ്ടായി. അമേരിക്കയിൽ ഇന്നും കാട്ടുതീ സർവ്വസാധാരണമാണല്ലോ. പസഫിക് സമുദ്രം അതിരിടുന്ന പശ്ചിമ തീരത്ത് കാട്ടുതീയും അറ്റ്ലാന്റിക് പൂർവ്വ തീരത്ത് പ്രളയവും കൊടുങ്കാറ്റുമാണ് സഹസ്രാബ്ദങ്ങളായി അവിടെ കാണുന്നത്. ഇന്നത്തേതിനേക്കാൾ പല മടങ്ങ് വനവും അന്നത്തെ സാങ്കേതികശേഷിയുടെ അഭാവവും കാരണം അക്കാലത്തെ വനാഗ്നി അതിഭീകരവും അളവില്ലാത്ത നാശനഷ്ടങ്ങൾ വരുത്തിവെക്കുന്നവയുമായിരുന്നു.

അത്തരമൊരു പ്രളയാഗ്നി റെഡ് ഇന്ത്യക്കാരുടെ വാസസ്ഥലത്തെ ബാധിക്കുമെന്നായപ്പോൾ ഗോത്രം മുഴുവൻ തങ്ങളുടെ കുടിലുകൾ വിട്ട് കൂടുതൽ സുരക്ഷിതമായ സ്ഥാനങ്ങൾ തേടിപ്പോവുകയും ചെയ്തു. പക്ഷേ, തുടർന്നു വന്ന കാറ്റ് തീ ആളിക്കത്തിക്കുകയും അതിനെ കൂടുതൽ പ്രദേശങ്ങളിലേക്ക്

വ്യാപിപ്പിക്കുകയും ചെയ്തു. അതു തങ്ങളെ പിന്തുടർന്നു പുതിയ അധിവാസ മേഖലയിലും എത്തുമെന്നായതോടെ അവർ വല്ലാതെ ഭയവിഹ്വലരായി.

റെഡ് ഇന്ത്യൻ വിശ്വാസപ്രകാരം അഗ്നിപ്രളയത്തെ നിയന്ത്രിക്കുകയും നശിപ്പിക്കുകയും ചെയ്യുന്ന ശക്തിയാണ് മഞ്ഞുദേവൻ. അദ്ദേഹം അങ്ങു ദൂരെ ആർട്ടിക്കിലുള്ള മഞ്ഞുമലയിലെ കൊട്ടാരത്തിൽ ജീവിക്കുന്നു. അതിനാൽ ദേവന്റെ അരമനയിൽ ചെന്ന് സങ്കടം പറയാനായി ഗോത്രമൂപ്പൻ അഞ്ചുപേരെ തന്റെ ദൂതന്മാരായി തെരഞ്ഞെടുത്തു ഉത്തരധ്രുവപ്രദേശത്തേക്കയച്ചു. അവർ ഹിമപാതവും ഐസുകാറ്റും അതിശൈത്യവുമെല്ലാം തരണം ചെയ്ത് അവസാനം മഞ്ഞുദേവന്റെ സവിധത്തിലെത്തി.

അഗ്നിതാണ്ഡവത്തെപ്പറ്റി പറഞ്ഞറിഞ്ഞ ദേവൻ രോഷാകുലനായി. അദ്ദേഹം ഉടനെ മാരുതനെ വിളിച്ച് തെക്കോട്ടയച്ചു. മാരുതൻ തന്റെ കൂടെ മേഘങ്ങളെയും കൂട്ടി. അവ ഗോത്ര ഊരുകളിൽ ചെന്നു പേമാരിയായി പെയ്തു.

അതുകൊണ്ടും കാട്ടുതീയുടെ കലി അവസാനിക്കുന്നില്ലെന്നു കണ്ടപ്പോൾ ഹിമദേവൻ അവിടേക്കു മഞ്ഞിനെ അയച്ചു മഴയായി പെയ്യിച്ചു. അതു അനേകം ദിനങ്ങൾ നീണ്ടുനിന്നു.

അതോടെ അഗ്നി കെട്ടടങ്ങിയെങ്കിലും മഞ്ഞു മൂലമുള്ള അതിശൈത്യവും ഇരുളും കാരണം വീണ്ടും ജനജീവിതം ദുസ്സഹമായി. അതോടെ വീണ്ടും അവർ ദേവനെ കണ്ട് സങ്കടം പറഞ്ഞു. അങ്ങനെയാണ് മഞ്ഞും മഴയും കാട്ടുതീയുമില്ലാതെ പ്രകൃതി ശാന്തമായത്.

അപ്പോഴാണ് റെഡ് ഇന്ത്യൻ വംശജർ ഒരു മനോഹരദൃശ്യം കണ്ടത്. അനേക ദിനങ്ങൾ നീണ്ടുനിന്ന പേമാരി കാരണം തങ്ങളുടെ പൂർവ്വവാസ സ്ഥലങ്ങൾ തെളിനീർ ജലാശയങ്ങളായി പരിണമിച്ചുകൊണ്ടിരിക്കുന്നു. അങ്ങനെയാണത്രെ അതിപ്രാചീന കാലത്ത് അമേരിക്ക-കനഡ അതിർത്തിയിൽ ഇന്നു കാണുന്ന അഞ്ചു തടാകങ്ങൾ ആവിർഭവിച്ചത്.

(റെഡ് ഇന്ത്യൻ കഥ)

കിളിപ്പാട്ട്

വനാതിർത്തിയിലുള്ള ഒരു വീട്ടിൽ ആറേഴു വികൃതിപ്പിള്ളേർ തങ്ങളുടെ അച്ഛനും അമ്മയ്ക്കും ഒപ്പം താമസിച്ചിരുന്നു. ഏതു സമയവും വിശന്നു കരഞ്ഞുകൊണ്ടിരുന്ന അവർക്ക് എന്തെങ്കിലും പാചകം ചെയ്തു കൊടുക്കുന്നതിനുവേണ്ടിയായിരുന്നു ആ അമ്മ തന്റെ മുഴുവൻ സമയവും വിനിയോഗിച്ചിരുന്നത്.

നായാട്ടുകാരനായിരുന്ന അവരുടെ പിതാവ് ഇടയ്ക്കിടെ മുയലിറച്ചിയും മാനിറച്ചിയുമൊക്കെ വീട്ടിൽ കൊണ്ടുവരും. പക്ഷേ, ആ പിള്ളേർക്ക് അതൊന്നും തികയാറില്ലെന്നു മാത്രം.

ഒരു ദിവസം അവരുടെ മുറ്റത്തെ മരത്തിൽ ഒരു പഞ്ചവർണ്ണക്കിളി വിരുന്നു വന്നു. അതു കണ്ട കുഞ്ഞുങ്ങൾ അപ്പനെ വിളിച്ച് ശല്യപ്പെടുത്താൻ തുടങ്ങി.

"അതിനെ കെണിവെച്ച് പിടിച്ചു ഞങ്ങൾക്ക് പൊരിച്ചു തരണം." അവർ ഒന്നിച്ചു നിലവിളിച്ചുകൊണ്ടിരുന്നു. അവസാനം ഗത്യന്തരമില്ലാതെ അയാൾ പറവയുടെ പിന്നാലെ പോയി കാട്ടിലെത്തി കെണിവെച്ചു തിരിച്ചുപോന്നു.

അടുത്ത ദിവസം അയാൾ കാട്ടിലെത്തുമ്പോൾ പ്രതീക്ഷിച്ച പോലെ പഞ്ചവർണ്ണക്കിളി കെണിയിൽ കുടുങ്ങിയിട്ടുണ്ട്. ആ സുന്ദരൻ പക്ഷിയുമായി അയാൾ വീട്ടിലെത്തിയപ്പോൾ കുട്ടികൾ അമ്മയെ പൊതിഞ്ഞു:

"ഇതിനെ വേഗം കൊന്ന് സൂപ്പുണ്ടാക്കിത്തരണം."

അതുകേട്ട് കിളി ഭയന്നുപോയി. ഉടനെ എന്തെങ്കിലും ചെയ്തില്ലെങ്കിൽ താനുടനെ കൊല്ലപ്പെടും. പിന്നെ അമാന്തിക്കാതെ അത് തന്നെ പൂട്ടിയിട്ടിരുന്ന കൂട്ടിൽനിന്നുകൊണ്ടുതന്നെ നൃത്തം

ചെയ്യാൻ തുടങ്ങി. അതു കണ്ടു കുഞ്ഞുങ്ങൾ ആദ്യം വിസ്മയത്തോടെ ആ നാട്യവും നോക്കിനിന്നു.

അല്പം കഴിഞ്ഞപ്പോൾ അവരെല്ലാം പക്ഷിയുടെ കൂടെ നൃത്തത്തിൽ പങ്കുചേർന്നു. അതങ്ങനെ വളരെ നേരം നീണ്ടുനിന്നു. അന്നത്തെ നൃത്തം തീർന്നപ്പോൾ കുട്ടികൾ ഒന്നിച്ച് അമ്മയോട് അഭ്യർത്ഥിച്ചു:

“ഇന്ന് കുരുവിയെ കൊല്ലേണ്ട. നാളെയും ഞങ്ങൾക്ക് ഡാൻസ് പഠിക്കാനുള്ളതാണ്.”

കുട്ടികൾ അങ്ങനെ പറഞ്ഞെങ്കിലും അടുത്ത പല ദിവസങ്ങൾ പക്ഷിവധത്തെപ്പറ്റി അവർ മിണ്ടിയതേയില്ല. ആ ദിവസങ്ങളിലെല്ലാം അവർ പഞ്ചവർണ്ണക്കിളിയിൽനിന്നും പലതരം നൃത്തങ്ങൾ പഠിക്കുകയായിരുന്നു.

പക്ഷേ, കുഞ്ഞുങ്ങളല്ലേ, ദിവസങ്ങൾ പലതു കഴിഞ്ഞപ്പോൾ അവർക്കു നൃത്തം മടുത്തു. കുരുവിക്കാണെങ്കിൽ കൂടുതൽ നാട്യശൈലികളൊന്നും അറിയുകയില്ലെന്നും തോന്നി. അതിനാൽ അന്നു വൈകുന്നേരം മക്കൾ വീണ്ടും അമ്മയെ സമീപിച്ചു:

“നാളെ രാവിലെ നമുക്ക് പറവയെ അറുത്തു കറി വെക്കാം.”

അതുകേട്ട് പഞ്ചവർണ്ണക്കിളി വീണ്ടും ഞെട്ടിപ്പോയി. തന്റെ കഴിഞ്ഞ ദിനങ്ങളിലെ കഠിനാദ്ധ്വാനംകൊണ്ടൊന്നും സ്വന്തം ജീവൻ സുരക്ഷിതമാക്കാൻ കഴിഞ്ഞിട്ടില്ല, അതു സങ്കടത്തോടെ ഓർത്തു. ഏതായാലും ഇന്നു രാത്രി സുഖമായൊന്നുറങ്ങാം. ബാക്കി കാര്യം നാളെ ആലോചിക്കാം.

അടുത്ത പുലരിയിൽ കുട്ടികൾ ഉണർന്നെഴുന്നേറ്റതു പക്ഷിയുടെ പാട്ടു കേട്ടിട്ടാണ്. ഇതുവരെയും അതു പാടിയിരുന്നില്ലല്ലോ. ഉടനെ മക്കൾ അങ്ങോട്ടു പാഞ്ഞു. കർണ്ണാനന്ദകരമായ ആ ഗാനം കേട്ട് അവർ ആദ്യം നിശ്ചലരായി നിന്നുപോയി. പിന്നീട് അവരും കിളിയോടൊപ്പം ചേർന്നു പാടാനും പാട്ടു പഠിക്കാനും തുടങ്ങി. സംഗീതം അഭ്യസിക്കാൻ ഒരായുസ്സു പോരല്ലോ.

(ജർമാനിക് കഥ)

ഇസുംബോഷി

ജപ്പാനിൽ ഒരു കുഗ്രാമത്തിലെ പാവപ്പെട്ട കർഷക കുടുംബത്തിലാണ് ഇസുംബോഷി ജനിച്ചത്. ജനിക്കുമ്പോൾ മാത്രമല്ല, ഒരു യുവാവായി മാറിയിട്ടും അവൻ ഒട്ടം വളർന്നില്ല. ആ താരുണ്യത്തിലും ഒരു സാധാരണ മനുഷ്യന്റെ ഒരു ചെറുവിരലിന്റെ പകുതി വലുപ്പംപോലും അവനുണ്ടായിരുന്നില്ല.

അതിനാൽ കുടുംബത്തൊഴിലായ കൃഷി മാത്രമല്ല, ഒരു തൊഴിലും അവനു വഴങ്ങുമായിരുന്നില്ല. ഈ വാസ്തവം കണ്ടറിഞ്ഞ് ഇസുംബോഷിയുടെ അപ്പൻ ഒരു ദിവസം അവനെ അരികെ വിളിച്ചു ഇങ്ങനെ പറഞ്ഞു:

“മോനേ, നീയിപ്പോൾ ഒരു യുവാവായി മാറിയിരിക്കുന്നു. എന്നിട്ടും നിനക്ക് സ്വയംപര്യാപ്തനാകാൻ വേണ്ട വഴികളൊന്നുംതന്നെ ഈ കുഗ്രാമത്തിലില്ല. അതിനാൽ നീ ക്യോട്ടോ നഗരത്തിൽ പോയി നിന്റെ ഭാഗ്യം പരീക്ഷിക്കുക. നിനക്കു നല്ലതു വരും. ദൈവാനുഗ്രഹമുണ്ടാകും.”

അവരുടെ ഗ്രാമാതിർത്തിയിലൂടെ ഒഴുകുന്ന നദി ക്യോട്ടോ നഗരം വഴിയാണ് കടലിലേക്കെത്തുന്നത്. അതിനാൽ പുഴവഴി ആയാസരഹിതമായി നഗരത്തിലെത്താം. അതിനായി ഇസുംബോഷിയുടെ അമ്മ അവന് വീട്ടിലുപയോഗിക്കുന്ന മരംകൊണ്ടുണ്ടാക്കിയ ഒരു കോപ്പ എടുത്തുകൊടുത്തു. അത് വള്ളമായി ഉപയോഗിക്കാം. അപ്പൻ ആ കുഞ്ഞനു നൽകിയത് ഒരു കടലാസുപിൻ ആയിരുന്നു. അതു ശൂലമായി പ്രയോഗിക്കാം. അങ്ങനെ ഒരു സമുറായിയെപ്പോലെ ആയുധധാരിയായി ഇസുംബോഷി ക്യോട്ടോ നഗരത്തിലേക്കു പുറപ്പെട്ടു.

യാത്ര തികച്ചും ആനന്ദകരമായിരുന്നു. ഒരു അദ്ധ്വാനവുമി ല്ലാതെ അവന്റെ നൗക ഒഴുക്കിനനുസരിച്ച് മുന്നോട്ടു നീങ്ങി ക്കൊണ്ടിരുന്നു. ജനിച്ചതിനു ശേഷം ഇതുവരെ തന്റെ വീട്ടിൽ നിന്നുപോലും പുറത്തിറങ്ങിയിട്ടില്ലാതിരുന്ന ഇസുംബോഷിക്ക് പുഴക്കരയിലെ നാടും നഗരവുമെല്ലാം വലിയ അത്ഭുതമായി രുന്നു.

അങ്ങനെ ദിവസങ്ങളുടെ യാത്രയ്ക്കു ശേഷം ആ കുഞ്ഞൻ ക്യോട്ടോവിലെത്തി. പക്ഷേ, ആ പട്ടാപ്പകൽപോലും നഗരവീഥി കളിൽ ഒരു മനുഷ്യനെയും കാണുന്നില്ല. കടകളും വീടുകളു മെല്ലാം അടഞ്ഞുകിടക്കുന്നു. വിചിത്രമായ ഈ വിജനതയുടെ കാരണംതേടി അവൻ തെരുവുകളിലൂടെ അലയുമ്പോൾ ഒരു വിഹാരത്തിനു മുമ്പിൽ ഒരു പൂജാരിയെ കണ്ടു.

പട്ടണം അടഞ്ഞുകിടക്കുന്നതിന്റെ കാരണമന്വേഷിച്ചപ്പോൾ അദ്ദേഹം പറഞ്ഞു: "നഗരത്തിൽ കുറച്ചു ദിവസങ്ങൾക്കുമുമ്പ് ഒരു ഭീകര രാക്ഷസൻ ഇറങ്ങിയിട്ടുണ്ട്. അവൻ പലരെയും ഇതി നകം പിടിച്ചുതിന്നിരിക്കുന്നു. വേറെ എത്രയോ പേരെ തലയ്ക്ക ടിച്ചും വലിച്ചുകീറിയും കൊന്നിരിക്കുന്നു. ആ കാപാലികനെ ഭയപ്പെട്ട് ജനങ്ങൾ വീടുകൾ അടച്ചിട്ട് അകത്തുതന്നെ കഴിയുക യാണ്."

അതു കേട്ടപ്പോഴാണ് താൻ ഒരു സമുറായിയിൽനിന്നും ഒട്ടും വിഭിന്നനല്ലെന്നു ഇസുംബോഷി ഓർത്തത്. പുറമെ തന്റെ കയ്യിൽ നല്ല മൂർച്ചയുള്ള ഒരു കുന്തവുമുണ്ട്.

അങ്ങനെ ആചാര്യന്റെ അനുഗ്രഹാശിസ്സുകളോടെ ഇസും ബോഷി ആ ഭീകരനെ എതിരിടാൻ തെരുവിലേക്കിറങ്ങി. അധികം അന്വേഷിക്കുന്നതിനു മുമ്പുതന്നെ അവനെ പട്ടണ ത്തിലെ ഒരു ചൗരാഹയിൽ കണ്ടുമുട്ടി. ഏതെങ്കിലും വഴിക്ക് അശ്രദ്ധരായി അവിടെയെത്തുന്നവരെ പിടിച്ചു ശാപ്പിടാൻ കാത്തു നിൽക്കുകയാണ് രാക്ഷസൻ.

പെട്ടെന്ന് ആ ഭീമാകാരം കണ്ടു ഇസുംബോഷി ഒന്നു ഭയന്നു. ആകാശം മുട്ടെ ഉയർന്നുനിൽക്കുന്ന ആ നീചനെ തനിക്കെ ങ്ങനെ നേരിടാൻ കഴിയും എന്നവൻ ഒന്നു സംശയിച്ചു. എങ്കിലും

തന്നെപ്പോലുള്ള ഒരു നിസ്സാരനെ രാക്ഷസനു കണ്ടുപിടിക്കാൻ തന്നെ പ്രയാസമാകുമെന്ന വസ്തുത അവനു ധൈര്യം നൽകി.

പിന്നീടു സമയം കളയാതെ ഇസുംബോഷി രാക്ഷസനുമേൽ ചാടിക്കയറി. അവസാനം അവന്റെ നെറ്റിയിലെത്തി. അങ്ങനെയൊരുത്തൻ തന്റെ ശരീരരോമങ്ങളിൽ ചവിട്ടി മുന്നേറുന്നുണ്ടെന്നുപോലും രാക്ഷസൻ അറിഞ്ഞിരുന്നില്ല.

തുടർന്ന് ആ ഭീമന്റെ പുരികത്തിലിരുന്നുകൊണ്ട് ഇസുംബോഷി അവന്റെ കണ്ണിൽ ഒറ്റ കുത്തു കൊടുത്തു. അതിന്റെ അപ്രതീക്ഷിത ആഘാതത്തിൽ രാക്ഷസൻ രണ്ടുകൈകൊണ്ടും ആ നേത്രം പൊത്തിപ്പിടിച്ചു. ആ തക്കത്തിന് ഇസുംബോഷി മറ്റേ കണ്ണിലെത്തി തുരുതുരാ കുത്തി.

അതോടെ ദൃഷ്ടി മറയുകയും വേദനകൊണ്ടു പുളയുകയും ചെയ്ത രാക്ഷസൻ അവിടെ കിടന്നുപോയി. ഉടനെ ഇസുംബോഷി ആ നീചന്റെ കഴുത്തിലേക്കിറങ്ങി ഞെരമ്പുകൾ കുത്തിപ്പൊളിച്ചു. അവയിൽനിന്നും ഗ്യാലൻ കണക്കിന് രക്തം തെരുവുകളിലൂടെ ഒഴുകിപ്പരന്നു. തദ്ഫലമായി രാക്ഷസൻ ബോധരഹിതനായി മാറി.

രാക്ഷസന്റെ വീഴ്ചയുടെ ശബ്ദവും നിലവിളിയും കേട്ട് ഓടിക്കൂടിയ ക്യോട്ടോവാസികൾ ഈ രംഗമാണ് കണ്ടത്. പിന്നീടുള്ള ജോലികൾ അവർ സുഗമമായി ചെയ്തുതീർത്തു.

ഇസുംബോഷി എന്ന ചെറിയോനാണ് ഇതിനെല്ലാം ഹേതുഭൂതനായതെന്ന് കണ്ട് മുഖ്യന്മാർ അവനെ നഗരവിമോചകനായി പ്രഖ്യാപിച്ചു.

(ജപ്പാനീസ് നാടോടിക്കഥ)

പ്രണയവും പനിനീരും

ഒരു രാജ്യത്ത് സുന്ദരിയായ ഒരു രാജകുമാരിയും അയൽരാജ്യത്ത് സുന്ദരനായ ഒരു രാജകുമാരനുമുണ്ടായിരുന്നു. കുമാരൻ ആ കന്യകയെ വേളി കഴിക്കാൻ ആഗ്രഹിച്ചിരുന്നു.

കുമാരിക്ക് പലതരം സമ്മാനങ്ങൾ അയച്ചുകൊണ്ടിരുന്നു. അതൊന്നും അവൾ അത്ര ഗൗനിച്ചില്ല. അവസാനം അവൻ തന്റെ ഉദ്യാനത്തിൽനിന്നും ഒരു അപൂർവ്വ റോസാപൂവും ഒരു സുന്ദരൻ കുയിലിനെയും അവൾക്കെത്തിച്ചുകൊടുത്തു.

പക്ഷേ, അവയെയും ആ തരുണി തള്ളിക്കളഞ്ഞു. "ഇതു വെള്ളികൊണ്ടു നിർമ്മിച്ച റോസ് ആയിരുന്നെങ്കിൽ എത്ര നന്നായിരുന്നു. ജീവനുള്ള വാനമ്പാടിയെക്കാൾ നല്ലതാണ് ഇരുമ്പും താമ്പാളവുംകൊണ്ടു നിർമ്മിച്ച പക്ഷി." കുമാരി വിചാരിച്ചു. "പനിനീർ നാളെ ചീഞ്ഞുപോകും. കുയിൽ ചത്തുപോകും ലോഹനിർമ്മിതമായവ കാലങ്ങളോളം നിലനിൽക്കും."

ആ വിവരമറിഞ്ഞ യുവാവ് നിരാശനായി. കാരണം, കൃത്രിമമായതിനെ മാത്രം സ്നേഹിക്കുന്ന ഒരു വ്യക്തിയാണ് അവളെങ്കിൽ സ്നേഹത്തിലും ബന്ധത്തിലും ഒരു കൃത്രിമത്വം കാണുമല്ലോ എന്നുമവൻ ശങ്കിച്ചു.

തന്നെ അപമാനിച്ചതിനു പ്രതികാരം വീട്ടാൻതന്നെ കുമാരൻ തീരുമാനിച്ചു. അവൻ വേഷപ്രച്ഛന്നനായി കുമാരിയുടെ രാജധാനിയിലേക്ക് കയറിച്ചെന്ന് പട്ടിണിയാണെന്നും എന്തെങ്കിലും തൊഴിൽ നൽകണമെന്നും അപേക്ഷിച്ചു. രാജാവ് അവന് കുതിരാലയത്തിൽ ജോലി കൊടുക്കുകയും ചെയ്തു.

കുമാരിയുടെ ശ്രദ്ധ ക്ഷണിക്കാനായി അവൻ പല കൗതുക വസ്തുക്കളും നിർമ്മിക്കുകയും അവയൊക്കെ അവൾക്ക് സമ്മാനമായി നൽകുകയും ചെയ്യാറുണ്ടായിരുന്നു.

ഒരിക്കൽ രാജകുമാരൻ ചെമ്പുകൊണ്ട് സവിശേഷമായ ഒരു കൂജ നിർമ്മിച്ചു. അതിന്റെ പുറംഭാഗത്ത് കുറേ മണികൾ ഘടിപ്പിച്ചിട്ടുണ്ടായിരുന്നു. വെള്ളം നിറച്ച് കൂജ അടുപ്പത്തു വെച്ചാൽ മണികൾ അടിക്കാൻ തുടങ്ങും. ചൂടു കൂടുന്നതിനനുസരിച്ച് മണിയൊച്ചയും ഉച്ചത്തിലാവും. കൂജ തീയിൽനിന്നെടുക്കുന്നതുവരെ അതു ഒച്ചവെച്ചുകൊണ്ടിരിക്കും.

വിചിത്രമായ കൂജയും അതിന്റെ അതിശയിപ്പിക്കുന്ന പ്രവർത്തനവും കണ്ട് കുമാരി അതു മോഹിച്ചതു സ്വാഭാവികം. അതിനെന്തു വിലയും നൽകാൻ അവൾക്ക് സമ്മതമായിരുന്നു. എങ്കിലും അതു വിൽക്കാൻ അവൻ തയ്യാറായതേയില്ല.

പക്ഷേ, കുമാരി ആ പണിക്കാരനെ അങ്ങനെ വിടാൻ തയ്യാറല്ലായിരുന്നു. നിവൃത്തിയില്ലാതെ അവൻ കുമാരിക്ക് അസ്വീകാര്യമാവുമെന്നു ഉറപ്പായ ഒരു നിബന്ധന മുന്നോട്ടുവെച്ചു: “കുമാരി എന്നെ ചുംബിക്കണം; എങ്കിൽ പാത്രം തരാം.”

അതിനവൾക്ക് രണ്ടാമതൊന്ന് ആലോചിക്കേണ്ടതില്ലെന്നു തോന്നി. ഇരുവരും ചുംബിച്ചുകൊണ്ട് നിൽക്കുമ്പോൾ ഓർക്കാപ്പുറത്ത് രാജാവ് അവിടെയെത്തി. കുതിരപ്പണിക്കാരനായ ഒരുത്തൻ രാജകുമാരിയെ ചുംബിക്കുന്നതു കണ്ട് അദ്ദേഹം പൊട്ടിത്തെറിച്ചു. അവനു കനത്ത ശിക്ഷതന്നെ കിട്ടുമെന്നായപ്പോൾ കുമാരൻ തന്റെ സ്വത്വം വെളിവാക്കി. താൻ ഒരു രാജകുമാരൻ മാത്രമല്ല, കുമാരിയെ എന്നോ സ്നേഹിക്കാൻ തുടങ്ങിയ കമിതാവുമാണ്.

അതുകേട്ട് രാജാവ് ഒന്നടങ്ങി. കുമാരിയാണെങ്കിൽ സത്യമറിഞ്ഞതോടെ ആ ഏടാകൂടത്തിൽനിന്നും രക്ഷപ്പെടാനായി അവനെ പരിണയിക്കാൻ തയ്യാറാണെന്നറിയിക്കുകയും ചെയ്തു. എന്നാൽ, ഇപ്രാവശ്യം കുമാരൻ അതിനൊരുക്കമല്ലായിരുന്നു.

“ഒരു പനിനീരും പക്ഷിയുമായി വന്ന രാജകുമാരനെ നീ നിരസിച്ചു. വെറുമൊരു ലോഹപ്പാത്രവുമായി എത്തിയ ജോലിക്കാരനെ നീ ചുംബിക്കുകയും ചെയ്തു. ഇത്രയും സ്വഭാവവൈകല്യമുള്ള ഒരു യുവതിയെ എനിക്കു റാണിയായി വേണ്ട.” അതുപറഞ്ഞ് രാജകുമാരൻ ഇറങ്ങി നടന്നു.

(ആൻഡേഴ്സൺ)

ഹനാക്കയുടെ ഹാറ്റ്

പ്രശസ്തനായ ഒരു സമുറായിയുടെ ഏകപുത്രിയായിരുന്നു ഹനാക്ക. തന്റെ മരണശേഷം സുന്ദരിയായ ആ യുവതിക്കെന്തു സംഭവിക്കും എന്ന കാര്യത്തിൽ തികച്ചും കുണ്ഠിതനായിരുന്നു അയാൾ.

അവസാനം അതിനൊരു പോംവഴി കണ്ടുപിടിച്ചു. ഒരു മന്ത്രവാദി നൽകിയ അറ്റത്തിനു വിസ്താരമേറിയ ഒരു തൊപ്പി സമുറായി മകളെ ധരിപ്പിച്ചു. ആ ഹാറ്റ് ശിരസ്സിലണിഞ്ഞാൽ അവളുടെ മുഖം ആർക്കും കാണാൻ കഴിയില്ല. അതുകൊണ്ട് പൂവാലന്മാരുടെയും കാമമോഹിതരുടെയും ശല്യവും ഇല്ലാതാവും.

അധികം വൈകാതെ സമുറായി മരണമടഞ്ഞു. അതിനു ശേഷം ഹനാക്കയ്ക്ക് തന്റെ തൊപ്പി ഒരിക്കലും തലയിൽ നിന്നെടുത്തുമാറ്റാൻ കഴിഞ്ഞില്ല. അതുകൊണ്ട് ആ തൊപ്പി വെച്ചായിരുന്നു അവൾ അങ്ങാടിയിലും ചന്തയിലും എന്നു മാത്രമല്ല, മരണവീട്ടിലും കല്യാണസദസ്സിലുമൊക്കെ പോയിക്കൊണ്ടിരുന്നത്. ഊണിലും ഉറക്കത്തിലും അതവളുടെ കൂടെ നിന്നു.

അതിനാൽ അവിടങ്ങളിലൊക്കെ അവൾ അപഹസിക്കപ്പെടുകയും അവഹേളിക്കപ്പെടുകയും ചെയ്തു. അവസാനം സങ്കടം സഹിക്കാനാവാതെ ഹനാക്ക സ്വന്തം രാജ്യത്തുനിന്നും ഒളിച്ചോടി മറ്റൊരു രാജ്യത്തെത്തി. അവിടെ രാജകൊട്ടാരത്തിലെ അടുക്കളയിൽ അവൾക്കൊരു ജോലി ലഭിച്ചു. എങ്കിലും തന്റെ ഒഴിവാക്കാനാവാത്ത ഹാറ്റ് കാരണം ഹനാക്കയ്ക്ക് അവിടെയും അപമാനം തുടർന്നും സഹിക്കേണ്ടിവന്നു.

പക്ഷേ, അവൾ നല്ലൊരു പാചകക്കാരി ആയിരുന്നു. അവളുണ്ടാക്കിയ കേക്കും മറ്റു പലഹാരങ്ങളും രാജകുമാരനു നന്നായി ഇഷ്ടപ്പെട്ടു. അങ്ങനെയാണ് കുമാരൻ ഹനാക്കയെ സ്നേഹിക്കാൻ തുടങ്ങിയത്.

പുത്രന്റെ പ്രണയത്തെക്കുറിച്ച വാർത്ത രാജാവിന്റെ കാതിലുമെത്തി. ആരെന്നറിയാത്ത, മുഖംപോലും കാണാൻ കഴിയാത്ത ഒരു പെൺകുട്ടിയെ തന്റെ മകൻ കാമിക്കുന്നത് കണ്ട അദ്ദേഹത്തിനു കലികേറി. അങ്ങനെ ഹനാക്ക കൊട്ടാരത്തിൽനിന്നും പുറത്താക്കപ്പെട്ടു.

അതോടെ കണ്ണീരണിഞ്ഞ് ആ സമുറായിപുത്രി അരമനയിൽ നിന്നും പുറത്തുപോവുകയായിരുന്നു. അവൾ കൊട്ടാരമുറ്റത്തെത്തിയപ്പോൾ പെട്ടെന്ന് അതിശക്തമായ ഒരു ചുഴലിക്കാറ്റ് വന്നു. അത് അവളുടെ മാന്ത്രികത്തൊപ്പി തലയിൽനിന്നും തട്ടിത്തെറിപ്പിച്ചു.

അതോടെ അവളുടെ അലൗകിക സൗന്ദര്യം അവിടെ കൂടിയിരുന്നവർക്കൊക്കെ വെളിവായി. പുറമെ തൊപ്പിക്കു താഴെ അവളുടെ മൂർദ്ധാവിൽ വെച്ചിരുന്ന രത്നച്ചെപ്പും. അതിൽ തന്റെ ധീരതയ്ക്കായി വിവിധ രാജാക്കന്മാർ പല കാലങ്ങളിൽ സമുറായിക്ക് പുരസ്കാരമായി നൽകിയ അമൂല്യ രത്നങ്ങളായിരുന്നു ഉണ്ടായിരുന്നത്. തനിക്കുശേഷം തന്റെ മകൾ അരക്ഷിതയായി പോകരുതെന്നു കരുതി ഒരച്ഛൻ ചെയ്ത കരുതലായിരുന്നു അത്.

അതോടെ ഹനാക്ക ഉന്നതകുലജാതയാണെന്നും ഒരു പ്രസിദ്ധ കുടുംബത്തിലെ അംഗമാണെന്നും തെളിഞ്ഞു. തുടർന്നു കുമാരനുമായുള്ള ഹനാക്കയുടെ വിവാഹത്തിനു രാജാവിനു എതിരു നിൽക്കേണ്ടിവന്നില്ല.

(ജപ്പാനീസ് നാടോടിക്കഥ)

സോളമനും ഷീബയും

ഇസ്രായേൽ ജനതയുടെ തലവനും ജറൂസലേമിലെ രാജാവുമായിരുന്നു ദാവൂദിന്റെ മകൻ സോളമൻ. ഒരു പ്രവാചകൻ കൂടിയായിരുന്ന സോളമന് ഭൂതപ്രേതാദികളുടെ മേൽ അധികാരവും സർവ്വചരാചരങ്ങളുടെയും നിയന്ത്രണവും ഉണ്ടായിരുന്നു.

ഈശ്വരൻ നൽകിയ ഈ വരങ്ങളെ സംബന്ധിച്ച് കേട്ടറിഞ്ഞ അയൽ രാജ്യത്തെ ഭരണാധികാരിയായിരുന്ന ഷീബാറാണി സോളമനെ പരീക്ഷിക്കാൻ തീരുമാനിച്ചു. അതുപ്രകാരം അവർ തന്റെ ഒരു ദൂതനെ ഒരു രഹസ്യപേടകവുമായി സുലൈമാന്റെ കൊട്ടാരത്തിലേക്കയച്ചു.

യരൂശലേമിൽ എത്തിയ ദൂതൻ രാജസദസ്സിൽ വെച്ചു തന്റെ കയ്യിലുള്ള കൊച്ചുപെട്ടി കാണിച്ചുകൊണ്ട് അതിലെന്താണെന്നു പറയാമോ എന്നു സോളമൻ രാജാവിനോടു ചോദിച്ചു. അദ്ദേഹത്തിനു അതിനുള്ള ശേഷിയില്ലായിരുന്നെങ്കിലും അദൃശ്യനായി അടുത്തു നിൽക്കുന്ന മാലാഖയ്ക്ക് അതിനു കഴിയുമായിരുന്നു. അളുക്കിനകത്തു കടന്ന് പരിശോധന നടത്തി തിരിച്ചെത്തിയ മാലാഖ വിവരം സോളമനെ അറിയിച്ചു. അക്കാര്യം അദ്ദേഹം പരസ്യമായി പ്രഖ്യാപിക്കുകയും ചെയ്തു.

“അളുക്കിനകത്തുള്ളത് ഒരു മുത്തും പവിഴവുമാണ്.”

ഉടനെ ദൂതൻ പേടകം തുറന്നു അതിന്റെ ഉള്ളടക്കം എല്ലാവരെയും കാണിച്ചു. ശരിയാണ്, അതിനകത്തുണ്ടായിരുന്നതു ഒരു മുത്തും പവിഴവും തന്നെയായിരുന്നു.

“പക്ഷേ, യഥാർത്ഥ വെല്ലുവിളി ഇതല്ല. ഈ രണ്ടു രത്നങ്ങളിലും നഗ്നനേത്രങ്ങൾക്കു ദൃശ്യമാകാത്ത അതിസൂക്ഷ്മമായ

ഓരോ ദ്വാരങ്ങളുണ്ട്. അവയിലൂടെ ഒരറ്റത്തുനിന്നും മറ്റേ അറ്റത്തേക്ക് ഒരു നൂൽ കടത്തിവിടണം. അതാണ് യഥാർത്ഥ പരീക്ഷണം." ഷീബാറാണിയുടെ ദൂതൻ വിശദീകരിച്ചു.

ഇക്കാര്യത്തിൽ എന്തു ചെയ്യാനാകുമെന്ന് സോളമൻ രാജാവ് തന്റെ ഭൂതഗണങ്ങളോട് അന്വേഷിച്ചു. അവ മുത്തും പവിഴവും കൂലങ്കഷമായി പരിശോധിച്ചതിനു ശേഷം തങ്ങളുടെ നിസ്സഹായത അറിയിച്ചു. രത്നങ്ങളുടെ മദ്ധ്യത്തിലൂടെയുള്ള ദ്വാരം വേണമെങ്കിൽ കണ്ടുപിടിക്കാം. പക്ഷേ, അതിലൂടെ നൂലു കടത്തുക അസാദ്ധ്യമായിരിക്കും.

അങ്ങനെ പരാജയം സമ്മതിക്കേണ്ടിവരുമെന്നു കരുതി സോളമൻ തികച്ചും വിഷണ്ണനായി നിൽക്കെ തന്റെ സിംഹാസനത്തിന്റെ താഴെനിന്നും അദ്ദേഹം ഒരു ദുർബല ശബ്ദം കേട്ടു. തന്റെ ദിവ്യശക്തികൊണ്ടു മാത്രം ശ്രവിക്കാൻ കഴിയുന്ന വിധം അത്യന്തം ലോലവും മൃദുലവുമായിരുന്നു ആ നാദം.

അതുപ്രകാരം സോളമൻ താഴേക്കു നോക്കുമ്പോൾ അവിടെയതാ ഉറുമ്പിനെക്കാൾ ആയിരം മടങ്ങ് ചെറിയതും മറ്റാർക്കും കാണാൻ കഴിയാത്തതുമായ ഒരു അതിസൂക്ഷ്മ ജീവി. അതു തന്നോടെന്തോ പറയുന്നുണ്ട്:

"അങ്ങയുടെ നിയന്ത്രണാധികാരത്തിൽപ്പെട്ട സമസ്ത ചരാചരങ്ങളിൽ ഒരുവനാണു ഞാൻ. രത്നങ്ങളിലൂടെ നൂൽ കടത്തുന്നതിനെപ്പറ്റി തിരുമനസ്സ് ഒട്ടും വിഷമിക്കേണ്ടതില്ല." അതു പറഞ്ഞ് ആ ജീവി എട്ടുകാലി നെയ്ത വലയുടെ ഒരു നൂൽ കൊണ്ടുവന്നു അതുമായി ദ്വാരങ്ങളുടെ ഒരറ്റത്തു പ്രവേശിച്ച് മറുഭാഗത്തുകൂടെ പുറത്തേക്കു വന്നു. ഇതു കണ്ടു രാജസദസ്യർ ഹർഷപുളകിതരായി.

അത്രയുമായപ്പോൾ ഷീബാറാണിയുടെ ദൂതനു തന്റെ പരാജയം സമ്മതിക്കേണ്ടിവന്നു. പ്രപഞ്ചത്തിലെ മുഴുവൻ ശക്തികളെയും തന്റെ വരുതിയിൽ നിർത്താൻ ക്ഷമതയുള്ള ഒരു ഭരണാധികാരിയെ വെല്ലുവിളിക്കാൻ മറ്റാർക്കുമാവില്ല എന്നു സോളമന്റെ ദർബാറിലെ വിശേഷമറിഞ്ഞപ്പോൾ ഷീബാരാജ്ഞിയും അംഗീകരിച്ചു.

(ഹിബ്രു കഥ)

സ്വയംവരം

അറേബ്യയിലെ സുന്ദരിയും സുശീലയുമായ രാജകുമാരിയായിരുന്നു മയൂര. അവൾക്കു വിവാഹപ്രായമെത്തിയപ്പോൾ കല്യാണത്തിനു സമ്മതിക്കണമെന്നു പിതാവ് നിർബന്ധിക്കാൻ തുടങ്ങി. അതങ്ങനെ തുടർന്നപ്പോൾ മയൂര പറഞ്ഞു:

“ശരി, ഞാൻ പരിണയത്തിനു വഴങ്ങാം. പക്ഷേ, എനിക്കിഷ്ടമുള്ള വരനെ ഞാൻ സ്വയംവരത്തിലൂടെ തിരഞ്ഞെടുക്കും.”

അതിന് സുൽത്താനായ പിതാവിന് എതിർപ്പൊന്നുമുണ്ടായിരുന്നില്ല. അദ്ദേഹം ഉടനെ അന്യരാജ്യങ്ങളിലെ എല്ലാ രാജകൊട്ടാരങ്ങളിലേക്കും ദൂതന്മാരെ അയച്ച് സ്വയംവരസന്ദേശമറിയിച്ചു.

അതിനാൽ നിശ്ചിത ദിവസം എല്ലാ യോഗ്യതയുമുള്ള അനേകം രാജകുമാരന്മാരാണ് മയൂരയുടെ അരമനയിലെത്തിയത്. അവർക്കായി പല പരീക്ഷകളും പരീക്ഷണങ്ങളും അവൾ ഒരുക്കിയിരുന്നു. അതെല്ലാം കഴിഞ്ഞപ്പോൾ മൂന്നു രാജപുത്രന്മാർ മാത്രം ബാക്കിയായി.

മൂന്നു കുമാരന്മാരും ഒന്നിനൊന്നു മെച്ചമായിരുന്നു. അവരിൽ ഒരാളെ ഒഴിവാക്കി മറ്റൊരാളെ സ്വീകരിക്കാൻതക്ക ഒരു പോംവഴിയും മയൂരയ്ക്കു തോന്നിയില്ല.

അവസാനം അവൾ വേഷപ്രച്ഛന്നയായി മൂവരും താമസിക്കുന്ന തമ്പിലെത്തി. അന്നേരം അവർ പ്രാതൽ കഴിക്കാൻ തുടങ്ങുകയായിരുന്നു. ഒരു അടിമസ്ത്രീയെപ്പോലെ വേഷം ചെയ്തിരുന്ന കുമാരി അവരെക്കണ്ട് തനിക്കു കലശലായി വിശക്കുന്നുണ്ടെന്നും മൂന്നു ദിവസമായി താൻ ഒന്നും കഴിച്ചിട്ടില്ലെന്നും അറിയിച്ചു.

“അതിനാൽ കഴിക്കാൻ എനിക്കും എന്തെങ്കിലും തരണം.” അവൾ കരച്ചിലഭിനയിച്ചു.

അന്നേരം പരദേശികളായ മൂന്നു പേരിൽ ഒന്നാമൻ വൃദ്ധയ്ക്ക് തന്റെ മുന്നിലുള്ള സൂപ്പുകപ്പിൽനിന്നും ഒന്നു രണ്ടു സ്പൂൺ അവളുടെ കൈത്തലത്തിൽ ഒഴിച്ചുകൊടുത്തു. അതുകൊണ്ട് വിശപ്പു മാറില്ലെന്നറിയാമായിരുന്ന രണ്ടാമൻ തന്റെ മുന്നിലുള്ള പുഴുങ്ങിയ മധുരക്കിഴങ്ങുകളിൽ ഒന്നെടുത്തു വേഷംമാറി വന്ന മയൂരയ്ക്കു കൊടുത്തു.

“ഇതുകൊണ്ട് നിന്റെ വയറു നിറഞ്ഞുകൊള്ളും.” രണ്ടാം രാജകുമാരൻ അവളെ പരിഹസിച്ചുകൊണ്ടു പറഞ്ഞു.

ഒരു അബലയോട് ഇങ്ങനെ ഇരുവരും അപമര്യാദയായി പെരുമാറുന്നതെല്ലാം കണ്ടുകൊണ്ടു അസന്തുഷ്ടനായിരിക്കയായിരുന്നു മൂന്നാമത്തെ രാജകുമാരൻ. അതിനാൽ അവൻ ആ പട്ടിണിപ്പാവത്തെ തന്റെയടുക്കലേക്കു വിളിച്ചു. എന്നിട്ട് കൂടെ ഭക്ഷണം പങ്കുവെച്ചു കഴിക്കാനപേക്ഷിച്ചു.

അടുത്ത ദിവസം മയൂര രാജകുമാരി മൂവരെയും കൊട്ടാരത്തിലേക്കു വിരുന്നിനു ക്ഷണിച്ചു. കുശലങ്ങൾക്കുശേഷം അവർ തീൻമേശയ്ക്കരികെയെത്തി. അപ്പോൾ ഒന്നാമന്റെ മുന്നിൽ രണ്ടുമൂന്നു കരണ്ടി സൂപ്പു മാത്രം. രണ്ടാമന് പുഴുങ്ങിയ ഒരു മധുരക്കിഴങ്ങും. മൂന്നാമനു മാത്രം വിഭവസമൃദ്ധമായ സദ്യ ഒരുക്കിയിരിക്കുന്നു. അപ്പോഴാണ് തലേ ദിവസം തങ്ങളെ വന്നു കണ്ട വേഷപ്രച്ഛന്നയായ സ്ത്രീ സാക്ഷാൽ മയൂരയായിരുന്നുവെന്ന് അവർ മൂവർക്കും വെളിവായത്.

അതെന്തായാലും തന്റെ മറ്റു രണ്ടു എതിരാളികൾക്കും മാന്യമായ ആഹാരം ലഭിക്കുന്നതുവരെ തനിക്കും ഒന്നും വേണ്ടെന്നു മൂന്നാമൻ ഉറപ്പു പറഞ്ഞു. സ്നേഹവും ബഹുമാനവും സഹാനുഭൂതിയുമുള്ള അയാൾതന്നെയായിരിക്കണം തന്റെ ഭർത്താവെന്ന് തീരുമാനിക്കാൻ പിന്നെ മയൂര കുമാരിക്ക് വിഷമമുണ്ടായില്ല.

(അറേബ്യൻ കഥ)

മാന്ത്രിക ഖഡ്ഗം

ആളും ആസ്തിയുമൊന്നുമില്ലാത്ത ഒരു ബാലനായിരുന്നു ഐവാൻ. അതുകൊണ്ടുതന്നെ അവൻ അങ്ങാടിയിലും അരണ്യത്തിലുമൊക്കെ അങ്ങനെ അലഞ്ഞു നടക്കും. ചോദിക്കാനാരുമില്ലല്ലോ, മാത്രമല്ല, സഹായിക്കാനും സ്നേഹിക്കാനും.

ഒരു ദിവസം കാട്ടിലൂടെ നടക്കുമ്പോൾ സമീപത്തുനിന്നും ഒരു കരച്ചിൽ കേട്ട ഐവാൻ അങ്ങോട്ടു കുതിച്ചു. അവിടെ ആഴമുള്ളൊരു കൊക്കയിലതാ ആരോ വീണുകിടക്കുന്നു. ഉടനെ കാട്ടുവള്ളികൾകൊണ്ടൊരു കയറുണ്ടാക്കി ഐവാൻ താഴേക്കിറങ്ങി. അപ്പോഴാണ് പരിക്കുപറ്റി മീതേക്കു കയറാനാവാതെ കിടക്കുന്നത് ഒരമ്മൂമ്മയാണെന്ന് ഐവാനു മനസ്സിലായത്.

അവസാനം കിഴവിയെ മുകളിലേക്കു വലിച്ചുകയറ്റി. ഭാഗ്യവശാൽ അവരുടെ പരിക്കുകൾ ഒട്ടും സാരമുള്ളതായിരുന്നില്ല.

“മോനേ, നീയെന്നെ രക്ഷിച്ചു. അല്ലെങ്കിൽ അവിടെ കിടന്ന് ഞാൻ ചത്തുപോകുമായിരുന്നു.” അവർ സങ്കടപ്പെട്ടു. “ഏതായാലും നിനക്ക് ഈ സമ്മാനമിരിക്കട്ടെ.”

അതു പറഞ്ഞ് കിഴവി അവനു ഒരു ചെറിയ കുപ്പി കൊടുത്തു. കണ്ടാൽ ഒരു പ്രത്യേകതയുമില്ലാത്ത ഒരു കുപ്പി. ഐവാൻ അതാലോചിച്ചുകൊണ്ടു നിൽക്കെ വൃദ്ധ അവന്റെ മനോഗതി മനസ്സിലാക്കിയിട്ടെന്നവണ്ണം വിശദീകരിച്ചു: “ഇതൊരു മാജിക് കുപ്പിയാണ്. ഇതിന്റെ മൂടി വലത്തോട്ടു തിരിച്ചാൽ മുന്നിൽ മനോഹരമായ ഒരു കൊട്ടാരം പ്രത്യക്ഷപ്പെടും. ഇടത്തോട്ടു കറക്കിയാൽ അതു അപ്രത്യക്ഷമാവുകയും ചെയ്യും.”

എന്നിട്ടവർ ആ ഇന്ദ്രജാലം ഐവാനു നേരിട്ടു കാണിച്ചു കൊടുത്തു. അതുകണ്ട് വിസ്മയിച്ചുനിന്ന ആ ബാലനെ അവർ ആശ്വസിപ്പിച്ചു: "പേടിക്കേണ്ട, ഞാനൊരു മന്ത്രവാദിനിയാണ്. ഇനി നീ പോയി ആ രമ്യഹർമ്മത്തിൽ താമസമാക്കിക്കോളൂ."

അതു പറഞ്ഞ് ആ കിഴവി അപ്രത്യക്ഷയായപ്പോൾ ഐവാൻ കുപ്പിയുടെ അടപ്പു തിരിച്ച് രാജധാനിയെ പ്രത്യക്ഷപ്പെടുത്തി. എന്നിട്ട് അതിൽ പ്രവേശിച്ച് അതിനകത്ത് തയ്യാറാക്കിവെച്ചിരുന്ന ഭക്ഷണം മൂക്കറ്റം തിന്നു. പല ദിവസം പട്ടിണിയായിരുന്ന ഐവാൻ വയറു നിറഞ്ഞപ്പോൾ അവിടത്തന്നെ കിടന്നുറങ്ങി.

അടുത്ത ദിവസം ഉറക്കമുണർന്നെഴുന്നേറ്റപ്പോൾ കുപ്പിയടപ്പ് ഇടത്തോട്ടു തിരിച്ച് അരമനയെ മായ്ച്ചുകളഞ്ഞു. അതോടെ അവൻ കാനനത്തിലെ പഴയ സ്ഥലത്തുതന്നെ ചെന്നെത്തി. പിന്നീടിതൊരു നിത്യസംഭവമായി മാറി. ഉണ്ണാനും ഉറങ്ങാനും ഐവാൻ അരമനയെ വരുത്തും. ബാക്കി സമയം കാട്ടിലും മേട്ടിലും തെണ്ടി നടക്കും.

ഇതങ്ങനെ കുറേ കാലം തുടർന്നപ്പോൾ ആ ബാലനു വിരസത തോന്നി. കൊട്ടാരത്തിലെ കൃത്രിമലോകത്ത് തിന്നാനുണ്ടായിട്ടെന്താ, ഒന്നു മിണ്ടാനും പറയാനുംപോലും ആരുമില്ലല്ലോ.

ഒരു ദിവസം ഐവാൻ കാട്ടിലെ ഒരു പാറപ്പുറത്തിരിക്കുമ്പോഴതാ അരികത്തുകൂടെ ഒരു വൃദ്ധൻ വേച്ചുവേച്ചു നടന്നു വരുന്നു. ആൾ തികച്ചും ക്ഷീണിതനും അവശനുമാണ്. അതു കണ്ട് അനുകമ്പ തോന്നിയ ഐവാൻ വൃദ്ധനെ തന്റെ അരമനയിലേക്കു കൂട്ടിക്കൊണ്ടുപോയി. ഭക്ഷണപാനീയങ്ങൾക്കു ശേഷം വിശ്രമിക്കാനുള്ള സൗകര്യവും ഒരുക്കിക്കൊടുത്തു.

അതു കഴിഞ്ഞ് യാത്ര പറയാനായി എഴുന്നേറ്റ വയോധികൻ നന്ദിസൂചകമായി ഐവാന് ഒരു സമ്മാനം കൊടുത്തു.

"ഇതാ, ഈ ഖഡ്ഗം തോളിൽ തൂക്കിയിട്ടോളൂ. എന്തെങ്കിലും ആവശ്യമുണ്ടെങ്കിൽ കയ്യൊന്നുയർത്തിയാൽ മതി, അക്കാര്യം ഇവൻ നിർവ്വഹിച്ചിരിക്കും."

"ഈ തുരുമ്പിച്ച വാളോ?" ഐവാൻ ആശ്ചര്യപ്പെട്ടു.

"അതേ, ഇതു തുരുമ്പിച്ച് മൂർച്ച പോയതിനാൽ ആരും കക്കാനും കൈവശപ്പെടുത്താനും ശ്രമിക്കില്ല. ഇനി ഇതിന്റെ

മാന്ത്രികശക്തി കണ്ടോളൂ" എന്നു പറഞ്ഞ് അതിഥി കയ്യുയർത്തി. ഉടനെ അവരുടെ മുമ്പിലുണ്ടായിരുന്ന നിബിഡവനമൊക്കെ ഒറ്റ നിമിഷംകൊണ്ട് ഖഡ്ഗം വെട്ടിമാറ്റി അവിടെ വൃത്തിയാക്കി.

കൂടുതലൊന്നും ആലോചിക്കാതെ കുപ്പി വൃദ്ധനു കൊടുത്തു ഐവാൻ വനമിറങ്ങി വാളുമായി നാട്ടിലേക്കു തിരിച്ചു. വളരെ ക്കാലമായിരുന്നല്ലോ ആ യുവാവ് സ്വദേശം സന്ദർശിച്ചിട്ട്.

തലസ്ഥാനത്ത് അന്നേരം വളരെ ആശങ്കാജനകമായ അവസ്ഥയായിരുന്നു. ശത്രുസൈന്യം രാജ്യം കീഴടക്കി തല സ്ഥാന നഗരിയിലെത്തി കൊട്ടാരം വളഞ്ഞിരിക്കുന്നു. ഒന്നുരണ്ടു ദിവസത്തിനകം ശത്രുക്കൾ കൊട്ടാരത്തിൽ കയറി രാജ കുടുംബത്തെ വധിക്കുമെന്നുറപ്പ്.

അതു മനസ്സിലാക്കിയ ഐവാൻ പിന്നെ താമസിച്ചില്ല. അവൻ കയ്യുയർത്തി ഖഡ്ഗത്തെ ശത്രുമദ്ധ്യത്തിലേക്കയച്ചു. ആ മാന്ത്രിക ഖഡ്ഗത്തിനു അവരെയെല്ലാം അരിഞ്ഞുവീഴ്ത്താൻ ഒട്ടും സമയം വേണ്ടിവന്നില്ല. അങ്ങനെ രാജ്യവും രാജ കുടുംബവും രക്ഷപ്പെട്ടു.

അതോടെ ഐവാൻ എന്ന അനാഥബാലൻ നാടിന്റെ വീര പുത്രനായി. ആരോരുമില്ലാത്ത അവനെ സ്നേഹിക്കാനും സഹായിക്കാനും ആളുകളുണ്ടായി. രാജാവുതന്നെ സ്വപുത്രിയെ അവനു വിവാഹം ചെയ്തുകൊടുത്തു പ്രതിരോധമന്ത്രിയായി അവരോധിച്ചു.

(റഷ്യൻ കഥ)

മാജിക് പോട്ട്

ഒരിക്കൽ പാവപ്പെട്ട ഒരു വിറകുവെട്ടി തനിക്കു പറ്റിയ മരവു മന്വേഷിച്ച് വനത്തിലൂടെ നടക്കുകയായിരുന്നു. അപ്പോഴാണ് ഒരു പൊന്തയ്ക്കരികിൽനിന്ന് ഒരു തിത്തിരിപ്പക്ഷിയുടെ കരച്ചിൽ കേട്ടത്. കാര്യമറിയാനായി അയാൾ അങ്ങോട്ടു ചെന്നുനോക്കു മ്പോൾ കിളി ആരോ വെച്ച കെണിയിൽപ്പെട്ടു കിടക്കുന്നതാ യാണ് കണ്ടത്. പക്ഷിയെ ഉടനെ രക്ഷപ്പെടുത്തിയില്ലെങ്കിൽ അധികം താമസിയാതെ വേടൻ വന്ന് അതിനെ കൊല്ലുമെന്നുറപ്പ്.

തിത്തിരിയുടെ ദയനീയസ്വരം കേട്ട് മനസ്സലിഞ്ഞ വിറകുവെട്ടി അതിനെ തുറന്നുവിട്ടു. ആ പറവയാണെങ്കിൽ ഉടനെ അടുത്ത മരക്കൊമ്പിലേക്ക് പറന്ന് രക്ഷപ്പെടുകയും ചെയ്തു.

വിറകുവെട്ടി കാഴ്ചയിൽനിന്നും മറഞ്ഞതിനുശേഷമാണ് തന്റെ ജീവൻ രക്ഷിച്ച ആ മനുഷ്യന് താൻ ഒരു സമ്മാനംപോലും നൽകിയില്ലല്ലോ എന്നു കുരുവി ഓർത്തത്. വാസ്തവത്തിൽ അതൊരു മാന്ത്രികപ്പക്ഷിയായിരുന്നു.

അതുടനെ പറന്നുചെന്ന് വേടനറിയാതെ അയാളുടെ ചാക്കിൽ കയറിക്കൂടി. മാന്ത്രികശക്തിയുള്ളതിനാൽ പറവ ഒരു ചായപ്പാത്ര ത്തിന്റെ രൂപമെടുത്ത് അവിടെ കിടന്നു. വൈകുന്നേരം വീട്ടിലെ ത്തിയ മരംവെട്ടുകാരൻ ചാക്കു തുറന്ന് അതിനകത്തുള്ളതൊക്കെ തറയിൽ കുടഞ്ഞിട്ടപ്പോഴതാ താൻ ഇതുവരെ കാണാതിരുന്ന ഒരു ചായക്കെറ്റിൽ താഴെ കിടക്കുന്നു. അതു കണ്ട് വിറകുവെട്ടി അത്ഭുതപ്പെട്ടു.

അതെന്തായാലും, അടുത്ത ദിവസംതന്നെ മനോഹരമായ ആ പാത്രം അയാൾ സമീപത്തെ ബുദ്ധവിഹാരത്തിലെ പൂജാരിക്കു

നൽകി. അത്തരം ദിവ്യന്മാരാണല്ലോ ഇങ്ങനെ ശ്രേഷ്ഠമായ പുരസ്കാരങ്ങളൊക്കെ അർഹിക്കുന്നത്.

അടുത്ത ദിവസം പൂജാരി ചായയുണ്ടാക്കാൻ കെറ്റിൽ വെള്ളം ചൂടാക്കാനായി അടുപ്പത്തുവെച്ചു. ആ തീച്ചൂടിൽപ്പെട്ട കെറ്റിൽ എന്ന തിത്തിരിപ്പക്ഷി ഉറക്കെ കരയാൻ തുടങ്ങി. അതു കേട്ടു ഞെട്ടിയ പൂജാരി ഇതെന്തു പ്രേതമാണെന്നറിയാതെ ഭയപ്പെട്ട് അടുക്കളയിൽനിന്നും പുറത്തേക്കോടി.

വൈകാതെ അയാൾ വിറകുവെട്ടിയെ വിളിപ്പിച്ച് ആ ഏടാകൂടത്തെ അയാൾക്കുതന്നെ തിരിച്ചുകൊടുത്തു. കാര്യമറിഞ്ഞില്ലെങ്കിലും മരംവെട്ടി അതുമായി തിരിച്ചുവന്ന് തന്റെ കട്ടിലിനരികെതന്നെ അതിനെ സ്ഥാപിക്കുകയും ചെയ്തു.

അന്നു രാത്രി ആ മാന്ത്രിക ചായപ്പാത്രം വിറകുവെട്ടിയെ വിളിച്ചുണർത്തി. അയാൾ നോക്കുമ്പോൾ ആ കെറ്റിലിന് ഒരു തിത്തിരിപ്പക്ഷിയുടെ കൊക്കും വാലും കാലും ചിറകുമെല്ലാമുണ്ട്. അതുനോക്കി വിറകുവെട്ടി വിസ്മയിച്ചിരിക്കെ പറവ പറയാൻ തുടങ്ങി:

"ഞാൻ ചില സിദ്ധികളുള്ള ഒരു തിത്തിരിപ്പക്ഷിയാണ്. അന്നു നിങ്ങൾ രക്ഷിച്ച അതേ കുരുവി. നിങ്ങൾ എന്നെ ബസാറിലേക്കു കൊണ്ടുപോവുക. അവിടെ ഒരു പൊതുസ്ഥലത്തിരുന്ന് ഞാൻ പാടുകയും നൃത്തം ചെയ്യുകയും ചെയ്യാം. ഒരു ടീപോട്ട് നൃത്തം ചെയ്യുന്നതു കണ്ട് തടിച്ചുകൂടുന്ന കാണികൾ നിങ്ങൾക്കു നൽകുന്ന പണംകൊണ്ട് ക്രമേണ നിങ്ങൾക്കൊരു സമ്പന്നനാകാം."

കിളി പറഞ്ഞതുപോലെത്തന്നെ സംഭവിച്ചു. അടുത്ത ദിവസം മുതൽ വിറകുവെട്ടി കാട്ടിലെ പണി ഉപേക്ഷിച്ചു കെറ്റിലുമായി നാടും നഗരവും ചുറ്റാൻ തുടങ്ങി. ഒരു തിത്തിരിപ്പക്ഷിയുടെ വാലും തലയും കാലുമൊക്കെയുള്ള ടീപോട്ടിന്റെ പാട്ടും ആട്ടവും കാണാൻ തിങ്ങിക്കൂടുന്ന ജനങ്ങൾ നൽകുന്ന പണംകൊണ്ട് അയാൾ വലിയ ധനികനായി.

ഒട്ടും അത്യാഗ്രഹിയല്ലാതിരുന്ന അയാൾ തുടർന്നുള്ള പ്രദർശനങ്ങൾ മതിയാക്കി പക്ഷിക്ക് വിശ്രമം നൽകാൻ തീരുമാനിച്ചു.

പക്ഷേ, മാജിക്പോട്ട് തുടർന്നും തന്റെ കൈവശമിരുന്നാൽ അതു നഷ്ടപ്പെടാനോ അപഹരിക്കപ്പെടാനോ സാദ്ധ്യതയുണ്ടെന്നും അങ്ങനെ സംഭവിച്ചാൽ വല്ല അത്യാഗ്രഹിയുടെയും വശം അതെത്തിച്ചേർന്നേക്കുമെന്നും അയാൾ ന്യായമായും ഭയന്നു.

അങ്ങനെയാണ് ആ ചായക്കെറ്റിലിനെ വീണ്ടും വിഹാരത്തിലേക്കുതന്നെ സംഭാവന ചെയ്യാൻ വിറകുവെട്ടി തീരുമാനിച്ചത്. അതിനകം ആ മാജിക്പോട്ട് അതിപ്രശസ്തമായിരുന്നതിനാൽ ആരാധനാലയ അധികൃതർ സന്തോഷപൂർവ്വം കെറ്റിലിനെ വാങ്ങി തങ്ങളുടെ നിലവറയിൽ സൂക്ഷിച്ചു.

ആയിരക്കണക്കിൽ വർഷങ്ങളായി ആ തിത്തരിപ്പാത്രം അവിടെത്തന്നെ ഇരിക്കുന്നു. കൊല്ലത്തിലൊരിക്കൽ വിറകുവെട്ടിയുടെയും തന്റെ തിര്യക്കിന്റെയും ഓർമ്മ പുതുക്കാനായി അതു പൊതുദർശനത്തിനു വെക്കാറുണ്ട്. അപ്പോൾ ദിവ്യ പറവയുടെ അനുഗ്രഹം തേടാനായി അവിടെയെത്തുന്നവരുടെ എണ്ണം കാലം കഴിയുന്തോറും കൂടിവരുന്നു.

(ജപ്പാനീസ് കഥ)

ദാഹാർത്തയായ ദേവത

ഒരു ഗ്രാമത്തിൽ ഒരു കർഷകനും അയാളുടെ ഭാര്യയും മകളും താമസിച്ചിരുന്നു. പുത്രി ഒരു ബാലികയായിരിക്കെതന്നെ അവളുടെ അമ്മ മരിച്ചതിനാൽ കർഷകൻ വീണ്ടുമൊരു വിവാഹം ചെയ്യുകയും തുടർന്നു രണ്ടാമതൊരു പെൺകുഞ്ഞുകൂടി ജനിക്കുകയും ചെയ്തു. അധികം വൈകാതെ കർഷകൻ മരണപ്പെടുകയും ശേഷം ആ വീട്ടിൽ പരേതന്റെ മൂത്ത മകളും വിധവയും അവരുടെ പുത്രിയും മാത്രമാവുകയും ചെയ്തു.

സുന്ദരിയും സൽസ്വഭാവിയുമായിരുന്നെങ്കിലും മൂത്ത മകളെ അവളുടെ രണ്ടാനമ്മ വെറുത്തിരുന്നു. വീട്ടിലെ ജോലികളെല്ലാം ആ ബാലികയുടെ ചുമതലയായിരുന്നു. അതെല്ലാം അവൾ സമയത്തും നന്നായും ചെയ്തു തീർത്താലും എന്തെങ്കിലും കുറ്റവും കുറവും കണ്ടുപിടിച്ച് രണ്ടാനമ്മ അവൾക്കു കനത്ത ശിക്ഷ നൽകും. അപ്പോഴൊക്കെ അവൾ മൺമറഞ്ഞുപോയ സ്വന്തം മാതാപിതാക്കളെക്കുറിച്ചോർത്ത് കരയും.

ഒരിക്കൽ അവൾ വെള്ളമെടുക്കാനായി ദൂരെയുള്ള കിണറ്റിലേക്കു പോയതായിരുന്നു. വെള്ളം കോരി തന്റെ കുടത്തിൽ നിറച്ചുകൊണ്ടിരിക്കെ യാചകയായ ഒരു കിഴവി അവിടെ വന്നു. “മകളേ, എനിക്കു ദാഹം തീർക്കാൻ അൽപം കുടിനീർ തരുമോ?” എന്നന്വേഷിച്ചു.

നിസ്സഹായരുടെ വ്യഥകൾ സ്വന്തം ജീവിതത്തിൽനിന്നു തന്നെ അറിയാമായിരുന്ന അവൾ ആ വൃത്തികെട്ട സത്വത്തിനു കുടിക്കാനും ശൗചത്തിനുമെല്ലാം വേണ്ട വെള്ളം കോരിക്കൊടുത്തു. ഒരു മഹാറാണിക്കു ലഭിക്കുന്ന തരം പരിചരണമായിരുന്നു അവൾ നൽകിയത്.

അതിൽ സന്തുഷ്ടയായ കിഴവി അവൾക്കൊരു അനുഗ്രഹം നൽകി: "ഇനിയും നീ സംസാരിക്കുമ്പോഴെല്ലാം നിന്റെ വായിൽ നിന്നും മുത്തും പവിഴവും മറ്റു രത്നങ്ങളും ഉതിർന്നുവീണു കൊണ്ടിരിക്കും."

അവൾ വീട്ടിലെത്തിയതോടെ ഈ അത്ഭുതവും ആരംഭിച്ചു. അതുകണ്ട് അവളുടെ രണ്ടാനമ്മ ആദ്യം അതിശയിച്ചു. പിന്നെ, അസൂയപ്പെട്ടു. തുടർന്നു തന്റെ മകൾക്കും അതേ വരം ലഭിക്കാനായുള്ള ശ്രമം തുടങ്ങുകയും ചെയ്തു.

അങ്ങനെയാണ് രണ്ടാനമ്മ സ്വപുത്രിയെ വെള്ളം കോരാനായി കിണറിനടുത്തേക്കയച്ചത്. ഒരു പണിയും ചെയ്തു ശീലിച്ചിട്ടില്ലാത്ത അവളെ നിർബന്ധിച്ചും സമ്മർദ്ദത്തിലാഴ്ത്തിയുമാണ് അത്യാഗ്രഹിയായ ആ അമ്മ അങ്ങനെയൊക്കെ ചെയ്തത്. പക്ഷേ പല ദിവസങ്ങൾ കഴിഞ്ഞിട്ടും പിച്ചക്കാരിത്തള്ള എത്തിയില്ല. വാസ്തവത്തിൽ അതൊരു ദേവതയായിരുന്നു എന്നവർക്കൊന്നും അറിയാമായിരുന്നില്ല.

അവസാനം ദേവത എത്തിയത് ഒരു മഹാറാണിയുടെ രൂപത്തിലാണ്. അപ്പോഴേക്കും പല ദിവസത്തെ പണികൊണ്ട് ദുഃശ്ശീലയായ ആ പെൺകുട്ടി വല്ലാതെ കുപിതയായിരുന്നു. പോരെങ്കിൽ തന്റെ മുന്നിൽ റാണിവേഷം കെട്ടി വന്നിരിക്കുന്ന യാചകയോടുള്ള അസൂയയും.

"എനിക്ക് കുടിക്കാനല്പം വെള്ളം തരാമോ?" ആഗത ഭവ്യമായി ചോദിച്ചു.

"നീ നിന്റെ പാടു നോക്ക്. വെള്ളം വേണ്ടവർ അത് സ്വയം കോരിക്കുടിക്കണം." സ്വയം മറന്ന് അവൾ ശാസിച്ചു.

പിന്നിടെന്തു സംഭവിച്ചു എന്നു പറയേണ്ടതില്ലല്ലോ. അവൾ വീട്ടിലെത്തി സംസാരിക്കാൻ തുടങ്ങിയതോടെ വായിൽനിന്നും പാമ്പും തവളയും തേളുമൊക്കെ താഴെ വീഴാൻ തുടങ്ങി.

(ചാൾസ് പെരാൾട്ട്)

നാലു കൂട്ടുകാർ

ഒരിക്കൽ രാജാവിന്റെ മോതിരം എങ്ങനെയോ നഷ്ടപ്പെട്ടു. യഥാർത്ഥത്തിൽ അദ്ദേഹത്തിന്റെ യാത്രാവേളയിൽ എവിടെയോ വെച്ച് അതു വീണുപോവുകയും ആ തിളങ്ങുന്ന വസ്തു താഴെ കിടക്കുന്നതുകണ്ട് ഒരു പരുന്ത് മോതിരം കൊത്തിയെടുത്തു പറക്കുകയുമായിരുന്നു. മലയും മരുഭൂമിയും കടലും താണ്ടുന്ന പരുന്തിന്റെ കൊക്കിൽനിന്നും അതെവിടെയോ വീണ്ടും ചാടിപ്പോയി.

പക്ഷേ, ഈ വിവരമൊന്നും ആർക്കും അറിയാമായിരുന്നില്ല. അതിനാൽ എവിടെ അന്വേഷിക്കണമെന്നറിയാതെ കിങ്കരന്മാർ കൊട്ടാരം അരിച്ചുപെറുക്കാനും രാജാവിന്റെ കിടപ്പറ തപ്പാനും മാത്രമാണ് തുനിഞ്ഞത്. അതിനാൽ പരിശ്രമങ്ങളൊക്കെ വിഫലമായി.

പക്ഷേ, രാജാവ് അതിരു കടന്ന് ആശങ്കപ്പെടാൻ ഒരു രഹസ്യ കാരണമുണ്ടായിരുന്നു. അദ്ദേഹം സിംഹാസനത്തിലേറിയ സമയത്ത് ഒരു സിദ്ധൻ നൽകിയതാണത്. “ഇത് വിരലിൽ കിടക്കുന്ന കാലത്തോളം രാജ്യത്തിനെതിരെ ആക്രമണമോ രാജ്യത്തിനകത്ത് കലാപമോ ഉണ്ടാവുകയില്ല. പക്ഷേ, ഇതു വിരലിലില്ലെങ്കിൽ സിംഹാസനനഷ്ടം മാത്രമല്ല, ജീവഹാനി വരെ സംഭവിച്ചേക്കാം.”

ദിവ്യന്റെ വാക്കുകൾ എന്നും ഓർത്തിരുന്ന രാജാവിന് ഇന്നുവരെ അതെല്ലാം ശരിയായിതന്നെ ഭവിച്ച അനുഭവമുണ്ടായിരുന്നു. അതുകൊണ്ടാണ് നഷ്ടപ്പെട്ട മോതിരത്തെയോർത്ത് മന്നൻ ഇത്രയേറെ വിഷമിച്ചത്.

അതിനാൽ മോതിരം കണ്ടെത്തി കൊണ്ടുവരുന്നയാൾക്ക് തന്റെ പുത്രിയെ വേളികഴിച്ചു കൊടുക്കുമെന്നും രാജ്യത്തിന്റെ പകുതി നൽകുമെന്നുമൊക്കെ അദ്ദേഹം പ്രഖ്യാപിച്ചു. അതെല്ലാം കേട്ട് എത്രയോ സാഹസികരും അതിമോഹികളും മറ്റും മുന്നോട്ടുവരികയും രാജ്യമാകെ കിളച്ചുമറിക്കുകയും ചെയ്തെങ്കിലും അവർക്കാർക്കും ഒരു തുമ്പും കിട്ടിയില്ല. അവസാനം അവരെല്ലാം ഓരോരുത്തരായി പിൻവാങ്ങുകയും ഭാഗ്യം പരീക്ഷിക്കാൻ കൂടുതൽ പേർ എത്താതിരിക്കുകയും ചെയ്തതോടെ അന്വേഷണംതന്നെ ഏതാണ്ട് നിലച്ച മട്ടായി.

അപ്പോഴാണ് ചേരിവാസിയായ വങ്കൻ എന്ന ഒരു പയ്യൻ ഈ വിവരം കേട്ടറിയുന്നത്. സ്വല്പം മണ്ടനായിരുന്ന അവൻ 'രാജകുമാരിയെ ആർക്കും കെട്ടാം' എന്ന വിളംബരം കേട്ടു ആവേശഭരിതനായി. അവനാണെങ്കിൽ കണ്ണൻ, വണ്ണൻ, നീളൻ എന്നിങ്ങനെ പേരുകളുള്ള മറ്റു മൂന്നു മണ്ടന്മാർ കൂട്ടുകാരായി ഉണ്ടായിരുന്നു.

വങ്കൻ ചങ്ങാതിമാരെ വിളിച്ചു കാര്യം പറഞ്ഞു. കണ്ണന് തന്റെ കണ്ണുകളുടെ അന്യാദൃശമായ ദൃശ്യശക്തികൊണ്ട് ഭൂമിയിൽ എവിടെയുമുള്ള ഒരു മണൽത്തരിപോലും വ്യക്തമായി കാണാം. അതിനാൽ അവൻ മോതിരത്തിനുവേണ്ടി ഭൂമി മുഴുവൻ പരതി നോക്കി. അവസാനം അതു ദൂരെയുള്ള ഒരു സമുദ്രത്തിനടിയിലെ പാറക്കെട്ടിൽ കുടുങ്ങിയിരിക്കുന്നതായി കണ്ടു.

"അയ്യോ, അത്ര ആഴത്തിൽനിന്നും അതെങ്ങനെ കണ്ടെടുക്കും?" വങ്കൻ നിരാശനായി.

"അക്കാര്യം ഞാനേറ്റു." വണ്ണൻ ഉറപ്പു കൊടുത്തു. അവന്റെ ശരീരം അവസരത്തിനൊത്ത് പർവ്വതംപോലെ വളരും. അന്നേരം അവനു കടൽപോലും കുടിച്ചുവറ്റിക്കാനും കഴിയും.

അതുതന്നെ സംഭവിച്ചു. കടൽ കുടിച്ചുവറ്റിച്ചപ്പോൾ ഒരു ചളിക്കുണ്ടിനു മുകളിലതാ മോതിരമിരിക്കുന്നു.

"ഈ ചളിയിലേക്കിറങ്ങിയാൽ ഞാൻ പാതാളത്തിലേക്കാണ്ടുപോകും." വങ്കൻ ഭയപ്പെട്ടു പിന്മാറി.

അതു കണ്ട നീളൻ എന്ന മൂന്നാമത്തെ സുഹൃത്ത് ആശ്വസിപ്പിച്ചു:

"എന്റെ നീളം സാഗരത്തെയും താണ്ടുന്നതാണ്." അവൻ വിശദീകരിച്ചു. "അതിനാൽ ഞാൻ കടലിലെ ചളിക്കുണ്ടിനു കുറുകെ കിടക്കാം. നീ ഞാനെന്ന പാലത്തിനു മീതേക്കൂടി നടന്നുചെന്ന് മോതിരം കരസ്ഥമാക്കി തിരിച്ചുപോരിക." നീളൻ പദ്ധതി വിശദീകരിച്ചു.

അവസാനം, മൂന്നു ചങ്ങാതിമാരുടെയും സഹായ സഹകരണത്തോടെ വങ്കൻ മോതിരം കരസ്ഥമാക്കി അതു രാജാവിനു കൊണ്ടുചെന്നു കൊടുത്തു. ഒരു വങ്കനെക്കൊണ്ട് സ്വപുത്രിയെ വിവാഹം കഴിപ്പിക്കുന്നതിൽ അദ്ദേഹത്തിന് അത്ര താത്പര്യമൊന്നുമുണ്ടായിട്ടല്ല, പറഞ്ഞ വാക്കു പാലിക്കണമെന്ന നിർബന്ധ ബുദ്ധിയും അദ്ദേഹത്തിനില്ലായിരുന്നു. പക്ഷേ, എന്തിനും പോന്ന മൂന്നു സഹചാരികളുള്ള വങ്കൻ ഏതു സാഹസത്തിനും സജ്ജനാണെന്ന വിശ്വാസമാണ് അദ്ദേഹത്തിനു സമാശ്വാസമായി ഭവിച്ചത്.

(റഷ്യൻ നാടോടിക്കഥ)

ഗീതം

പണ്ടുകാലത്ത് ഭൂമിയിൽ കൽമൂക്ക്, കാർഗർ, തുർക്കോമൻ, താർത്താർ എന്നീ നാലു ഗോത്രങ്ങൾ മാത്രമേ ഉണ്ടായിരുന്നുള്ളൂ വത്രെ. ഇന്നത്തെ സമസ്ത മനുഷ്യകുലവും ഈ നാലു വർഗ്ഗക്കാരിൽനിന്നും ഉത്ഭവിച്ചതാണ് എന്നാണ് വിശ്വാസം.

വലിയ കലാ-സാംസ്കാരികബോധമൊന്നും നാലു ഗോത്രക്കാർക്കും ഉണ്ടായിരുന്നില്ല. അതു മനസ്സിലാക്കി സംഗീതത്തിന്റെ ദേവത അവരെയെല്ലാം പാട്ടു പഠിപ്പിക്കാൻ തീരുമാനിച്ചു. പക്ഷേ, നാലു ഗോത്രക്കാരും വ്യത്യസ്തവും വിദൂരവുമായ സ്ഥലങ്ങളിലാണ് വസിച്ചിരുന്നത്.

അവിടമെല്ലാം സന്ദർശിച്ചും ഊരുമൂപ്പന്മാരെ നേരിട്ടു കണ്ടും സംഗീതാദേവി എല്ലാവരെയും ഗാനപരിശീലന വേദിയിലേക്കു ക്ഷണിച്ചു. മണലാരണ്യത്തിലെ ഒരു മരുപ്പച്ചയിലായിരുന്നു പരിശീലനസ്ഥാനം ഒരുക്കിയിരുന്നത്.

അങ്ങനെ നിശ്ചയിച്ച തിയ്യതിയിലും സമയത്തും ദേവതയുടെ ക്ലാസ്സ് തുടങ്ങി. പക്ഷേ, ആ സമയം കൽമൂക്ക് വർഗ്ഗക്കാർ മാത്രമേ സന്നിഹിതരായിരുന്നുള്ളൂ. സമീപത്തുതന്നെ താമസിക്കുന്നതിനാൽ അവർക്ക് എത്തിച്ചേരാൻ പ്രയാസമൊന്നുമില്ലായിരുന്നു.

പരിപാടി ഏകദേശം പകുതിയായപ്പോഴാണ് കാർഗർ, തുർക്കോമൻ എന്നീ രണ്ടു കുലങ്ങൾ പാഠശാലയിലേക്കു വന്നത്. അവർ കുറേ ദൂരെ താമസിക്കുന്നവരായതിനാൽ സുഗമമായും സമയത്തും എത്താൻ കഴിയുമായിരുന്നില്ല.

ഏറ്റവും അവസാനമായി ഹാജരായത് അങ്ങുദൂരെ താമസിക്കുന്ന താർത്താരികളായിരുന്നു. അനേകകാതം വഴി താണ്ടി അവർ പരിശീലനത്തിനെത്തുമ്പോഴേക്കും ക്ലാസ്സ് ഏകദേശം അവസാനിച്ചിരുന്നു. അതിനാൽ അവർക്ക് കൂടുതലും കേൾക്കാനായത് കൂടാരത്തിനു പുറത്തെ കുറ്റിപ്പൊന്തയിൽനിന്നും മറ്റുമുള്ള കുറുക്കന്മാരുടെ ഓരിയിടലായിരുന്നു.

പഠിച്ചതേ പാടൂ എന്നാണല്ലോ. അതുകൊണ്ട് പരിശീലനപരിപാടിയിൽ ഉടനീളം സന്നിഹിതരായിരുന്ന കൽമൂക്കുകൾ അതിവിദഗ്ദ്ധ സംഗീതജ്ഞരായി പിൽക്കാലത്ത് അറിയപ്പെട്ടു. അവർക്ക് ആയിരക്കണക്കിന് രാഗങ്ങളും അറിയാം.

കാർഗർ, തുർക്കോമൻ എന്നീ വിഭാഗങ്ങൾക്കും സംഗീതത്തിൽ കുറേയേറെ അവഗാഹമുണ്ട്. അവർക്കു ശ്രുതിമധുരമായ പല ഗാനങ്ങളുമുണ്ട്. പക്ഷേ, അവരുടെ നൈപുണ്യം പരിമിതവും സംഗീതജ്ഞാനം അപൂർണ്ണവുമാണ്.

താർത്താരികളുടെ കാര്യമാണ് ഏറെ കഷ്ടം. ആ ഗോത്രക്കാർ ആകെ കേട്ട ശബ്ദങ്ങൾ മൃഗങ്ങൾ ഓരിയിടുന്നതാണ്. അത് ഗാനമായി അവർ തെറ്റിദ്ധരിച്ചു. അതിനാൽ ഇന്നും വിസ്തൃതമരുസാഗരത്തിൽ നറുനിലാവിനു കീഴിൽ ഇരുന്നു താർത്താരികൾ പാടുമ്പോൾ നമുക്കനുഭവപ്പെടുക കുറേ പട്ടികളോ കഴുതകളോ എവിടെനിന്നോ ഒച്ചവെക്കുന്നതായാണ്.

(തുർക്കി നാടോടിക്കഥ)

മലർവാടി

വീട്ടുകാരും കുടുംബവുമൊന്നുമില്ലാതെ ഒറ്റയ്ക്കു താമസിക്കുന്ന ഒരു രാക്ഷസനുണ്ടായിരുന്നു. തന്റെ വസതിക്കു ചുറ്റും അവൻ മനോഹരമായ ഒരു ഉദ്യാനം നിർമ്മിച്ചിരുന്നു. നിറയെ ചെടികളും പൂക്കളും പാടുന്ന കിളികളുംകൊണ്ടു നിറഞ്ഞ പൂങ്കാവനം അവിടെയെങ്ങും പ്രശസ്തമായിരുന്നു.

തോട്ടത്തിന്റെ മനോഹാരിത ആസ്വദിക്കാനും അവിടെയൊക്കെ ഓടിക്കളിക്കാനുമായി സമീപത്തുള്ള കുട്ടികളൊക്കെ ഇടയ്ക്കിടെ അവിടെയെത്തും. ഒരു ദിവസം രാക്ഷസൻ പുറത്തെങ്ങോ പോയി തിരിച്ചുവരുമ്പോൾ അതാ കുഞ്ഞുങ്ങൾ തിമർത്താടി മലർവാടി മുഴുവൻ ഓടി നടക്കുന്നു.

അതുകണ്ട് ആ ഭീമനു കലശലായ അരിശം വന്നു:

"ഇതെന്റെ സ്വകാര്യ ഉദ്യാനമാണെന്നറിയില്ലേ? അതിനാൽ മറ്റാർക്കും ഇങ്ങോട്ടു പ്രവേശനമില്ല. ഇനി ഏതെങ്കിലും ഒരുത്തനെ ഇവിടെ കണ്ടാൽ അവനെ ഞാൻ പുഴുങ്ങിത്തിന്നും." രാക്ഷസൻ ഗർജ്ജിച്ചു.

അതുകേട്ടു ഭയന്നുവിറച്ച കുഞ്ഞുങ്ങൾ ഉടനെ അവിടെനിന്നും ഓടിപ്പോയി. പക്ഷേ, രാക്ഷസൻ അതുകൊണ്ടും നിർത്തിയില്ല. അവൻ തന്റെ ആരാമത്തിനു ചുറ്റും വലിയൊരു കൽമതിൽ പണിതീർത്തു. അതോടെ ആ ഉയരൻ മതിലിനകത്തു എന്തു നടക്കുന്നു എന്ന് കുട്ടികൾക്കു മാത്രമല്ല, മറ്റാർക്കും അറിയാൻ കഴിയാതായി.

പിന്നീടെന്നും കുട്ടികൾ ഭിത്തിക്കു പുറത്തുകൂടെ

നിരാശരായി വട്ടം ചുറ്റി നടക്കും. തങ്ങൾക്കു നഷ്ടപ്പെട്ട വാടികയെക്കുറിച്ചോർത്ത് അവർ സങ്കടപ്പെട്ടിരിക്കും.

അങ്ങനെയിരിക്കെ ശൈത്യകാലം വന്നു. പുൽത്തകിടിയും പൂവാടിയും എന്നുവേണ്ട, കെട്ടിടങ്ങളും മരങ്ങളുമെല്ലാം ഹിമം കൊണ്ട് നിറഞ്ഞു. പൂക്കളും കായ്കളും അപ്രത്യക്ഷമായി. കൂടെ കിളികളും കുരുവികളും ഉഷ്ണമേഖല തേടി തെക്കോട്ടു പറന്നു. അതിശൈത്യം കാരണം രാക്ഷസൻ അക്കാലമെല്ലാം വീടടച്ച് അകത്തുതന്നെയിരുന്നു.

പക്ഷേ, ഗ്രീഷ്മം വരുന്നെങ്കിൽ വസന്തം ദൂരെയാവില്ല എന്നാണല്ലോ. മാസങ്ങൾ കഴിഞ്ഞപ്പോൾ തണുപ്പുവിട്ട് പ്രകൃതി ഉണർന്നു. മൂടിയ മഞ്ഞൊക്കെ മാഞ്ഞുപോയി. വീണ്ടും മരങ്ങളിൽ മലരും വായുവിൽ സുഗന്ധവും അന്തരീക്ഷത്തിൽ കിളികളുടെ കളകളാരവവും മടങ്ങിയെത്തി. ഭൂമീദേവി ഒരു നവോഢയെപ്പോലെ ഉടുത്തൊരുങ്ങി വന്നിരിക്കുന്നു.

പക്ഷേ, രാക്ഷസന്റെ തോട്ടത്തിൽനിന്നുമാത്രം ശൈത്യകാലം വിട്ടുപോയില്ല. അവന്റെ മരങ്ങൾ ഇല പൊഴിഞ്ഞും ചെടികൾ പൂക്കളൊഴിഞ്ഞും പുൽത്തകിടി മഞ്ഞുമൂടിയും കുരുവികൾ അവിടം വെടിഞ്ഞുംതന്നെ തുടർന്നു. വസന്തം ഇന്നു വരും, നാളെ വരും എന്നു കരുതി ആ ഭീകരൻ വളരെ പ്രതീക്ഷയോടെയിരുന്നിട്ടും വേനലും ശരത്കാലവുമൊക്കെ വന്നുപോയിട്ടും തൻ ഭവനം ഗ്രീഷ്മത്തിൽതന്നെ മരവിച്ചുനിന്നു.

മാത്രവുമല്ല, അതികഠിനമായ ജ്വരം കാരണം രാക്ഷസനു കിടക്കപ്പായിൽനിന്നു എഴുന്നേൽക്കാൻപോലും കഴിയാതായി. അത്യന്തം അവശനായി അവൻ അനേകദിവസങ്ങൾ അകത്തങ്ങനെ അനങ്ങാതെ അടങ്ങിയിരുന്നു.

അതുകണ്ട് രാക്ഷസൻ സ്ഥലംവിട്ടെന്നു തീരുമാനിച്ച കുട്ടികൾ തോട്ടത്തിലേക്കു നുഴഞ്ഞുകയറി അവിടെയൊക്കെ ആഘോഷിച്ചോടി നടക്കാൻ തുടങ്ങി. അവരുടെ കളിയും ചിരിയും ആർപ്പും അർമാദവും ശ്രവിച്ച് പുറത്തെന്തു നടക്കുന്നു എന്നറിയാനായി രാക്ഷസൻ എഴുന്നേറ്റു വീടിന്റെ കോലായയിലേക്കു വന്നു.

അന്നേരം അവിടെ കണ്ട കാഴ്ച അവനു വിശ്വസിക്കാനായില്ല. ഞൊടിയിടകൊണ്ട് തന്റെ പൂങ്കാവനത്തിൽനിന്നും

ശൈത്യകാലം വിട്ടുപോയിരിക്കുന്നു. നിമിഷങ്ങൾക്കകം കുസുമങ്ങൾ വിടരുകയും ശലഭങ്ങൾ വന്നണയുകയും ചെയ്തിരിക്കുന്നു. മൃതമായിക്കിടന്നിരുന്ന ആ പൂവാടി കിളികളുടെ കൂജനങ്ങളാലും കുട്ടികളുടെ അലർച്ചയാലും ജീവസ്സുറ്റതായി മാറിയിരിക്കുന്നു.

അതുകണ്ട ഭീകരന്റെ കണ്ണും കരളും നിറഞ്ഞു. പൂന്തോട്ടത്തിന്റെ എല്ലാ ഐശ്വര്യത്തിനും കാരണക്കാർ ആ ബാലവൃന്ദമാണെന്ന് അതോടെ അവൻ തിരിച്ചറിഞ്ഞു. തന്റെ സ്വാർത്ഥതയും ക്രൂരതയുമാണ് എല്ലാം നശിപ്പിച്ചത്, അവനോർത്തു.

പിന്നീടൊട്ടും സമയം കളയാതെ രാക്ഷസൻ ഒരു വമ്പൻ ചുറ്റികയുമായി താൻതന്നെ നിർമ്മിച്ച വൻമതിലിനടുത്തെത്തി. എന്നിട്ട് ഒറ്റയ്ക്ക് തന്റെ സർവ്വശക്തിയും പ്രയോഗിച്ച് അവൻ ആ ഭിത്തി തകർത്ത് അതിനെ നിലംപരിശാക്കി. എന്നിട്ട് ആ കുരുന്നുകളെയെല്ലാം തന്റെ വാടികയിലേക്കു സ്വാഗതം ചെയ്തു.

“വരൂ മക്കളേ, വരൂ! ഇന്നുമുതൽ ഈ തോട്ടം നിങ്ങളുടെതുകൂടിയാണ്.”

രാക്ഷസൻ അതു പറഞ്ഞുതീർന്നതും ഇല പൊഴിഞ്ഞ് ഉണങ്ങി നിന്നിരുന്ന അവന്റെ സമീപത്തെ ഒരു മരം പൂത്തു തളിർത്തു അവിടെയൊക്കെ സൗരഭ്യം പൊഴിച്ച് കാറ്റിലാടാൻ ആരംഭിച്ചു. അതേസമയംതന്നെ ഒരു പഞ്ചവർണ്ണക്കിളി രാക്ഷസന്റെ തോളിൽ വന്നിരുന്ന് ഏതോ പഴയൊരു ഈണം മീട്ടാനും തുടങ്ങി.

(ഓസ്കാർ വൈൽഡ്)

മാവിസും റോബിനും

ഒരു കൊല്ലപ്പണിക്കാരന് റജീന, മാവിസ് എന്നീ പേരുകളുള്ള രണ്ടു പെൺമക്കളാണുണ്ടായിരുന്നത്. മൂത്തവളായ റജീന സുന്ദരിയായിരുന്നെങ്കിലും വലിയ അഹങ്കാരിയുമായിരുന്നു. അവൾ പലപ്പോഴും അനിയത്തി മാവിസിനെ പരിഹസിക്കുകയും പീഡിപ്പിക്കുകയും ചെയ്യുമായിരുന്നു. എങ്കിലും അതൊന്നും കാര്യമാക്കാതെ മാവിസ് അടങ്ങിയൊതുങ്ങി കഴിയും.

നല്ലൊരു ഗായികയായിരുന്ന മാവിസിന്റെ കൂട്ട് റോബിൻ എന്ന കുഞ്ഞുപക്ഷിയായിരുന്നു. അവനും നല്ലൊരു പാട്ടുകാരനായിരുന്നതിനാൽ ഇരുവരും പലപ്പോഴും ഒന്നിച്ചു പാടുന്നതു കേൾക്കാം.

പക്ഷേ, അവരുടെ അച്ഛനായ ഇരുമ്പുപണിക്കാരന് റജീനയോടായിരുന്നു താത്പര്യം. തന്റെ പണിസ്ഥലത്തു വരുന്നവരോടൊക്കെ അയാൾ പറയും, റജീനയെ താൻ ഒരു പ്രിൻസിന് (രാജകുമാരന്) മാത്രമേ വേളി കഴിച്ചുകൊടുക്കൂ. പക്ഷേ, മാവിസിനെ ചോദിച്ച് ആരു വന്നാലും അവന്റെ കൂടെ അവളെ ഇറക്കിവിടും എന്നും മറ്റും. ഇതെല്ലാം കേട്ട് ചേട്ടത്തി കൂടുതൽ അഹങ്കരിക്കും. ഇളയവൾ മൗനിയായി എല്ലാം കേട്ടിരിക്കും.

ഒരു ദിവസം റോബിൻ എന്ന ഒരു യുവാവ് മാവിസിനെ അന്വേഷിച്ചുവന്നു. കൂടുതലൊന്നും ആലോചിക്കാതെ കൊല്ലൻ മകളെ അവനു വിവാഹം ചെയ്തുകൊടുത്തു. അൽപദിവസങ്ങൾ കഴിഞ്ഞ് കർഷകവേഷധാരിയായ ഒരു യുവാവും കൂട്ടരും റജീനയെത്തേടിയെത്തി. അവന്റെ കൂടെയുള്ളവർ അവനെ പ്രിൻസ് എന്നു അഭിസംബോധന ചെയ്തിരുന്നതിനാൽ അവൻ

പ്രച്ഛന്നവേഷധാരിയായ ഒരു രാജകുമാരനാണെന്നതിൽ കൊല്ല പ്പണിക്കാരനു സംശയമേതുമില്ലായിരുന്നു.

വിവാഹം കഴിഞ്ഞ് മക്കൾ ഇരുവരും അവരുടെ വരന്മാരുടെ കൂടെ അവരുടെ വസതികളിലേക്കു പുറപ്പെട്ടു.

അപ്പോഴാണറിയുന്നത് മാവിസിനെ പരിണയിച്ച റോബിൻ യഥാർത്ഥത്തിൽ അയൽരാജ്യത്തെ ഒരു രാജകുമാരനാണെന്നും സംഗീതജ്ഞനായ അവൻ തനിക്കിഷ്ടപ്പെട്ട ഒരു ഗായികയെ തേടി നടക്കുകയായിരുന്നെന്നും.

അപ്പോൾ റജീനയുടെ കാര്യമോ? അവളെ കെട്ടിയതു യഥാർത്ഥത്തിൽ ഒരു കർഷകപുത്രൻതന്നെയായിരുന്നു. അവന്റെ വിളിപ്പേരായിരുന്നു പ്രിൻസ്.

അങ്ങനെ മാവിസ് രാജകൊട്ടാരത്തിലേക്കു പോയപ്പോൾ റജീന കർഷകക്കുടിലിലാണ് എത്തിയത്.

(ലുയിഗി കാപുവാന)

കഴുതകളും കള്ളന്മാരും

ഒരു അലക്കുകാരനു രണ്ടു കഴുതകളുണ്ടായിരുന്നു. ഒരിക്കൽ അയാൾ തൽക്കാലം അലക്കു നിർത്തി തീർത്ഥയാത്ര പോകാൻ തീരുമാനിച്ചു. മാസങ്ങളെടുക്കുന്ന യാത്രയാണ്. അതിനാൽ ആ സമയമത്രയും കഴുതകളുടെ സംരക്ഷണവും പരിപാലനവും എങ്ങനെ നടക്കും എന്നതായി അയാളുടെ ആകുലത.

അപ്പോഴാണ് ഒരു വ്യാപാരി വിവരമറിഞ്ഞ് വന്ന് കഴുതകളെ വാടകയ്ക്കു ചോദിച്ചത്.

“നിങ്ങൾ തിരിച്ചു വരുന്നതു വരെ അവയെ എന്നെ ഏൽപ്പിക്കുക. അവയുടെ കാര്യം ഞാനേറ്റു. പുറമെ ഒരു വാടകയും തരാം.”

അങ്ങനെ കരാർ ഉറപ്പിച്ചു കച്ചവടക്കാരൻ കഴുതകളെയും കൊണ്ടു പോയി. ആ മൃഗങ്ങളിൽ ഒന്നിനെ ഗോതമ്പു ചാക്കുകൾ വഹിക്കാൻ അയാൾ ഉപയോഗിച്ചു. രണ്ടാമത്തെ കഴുത സ്വർണ്ണം, വെള്ളി നാണയങ്ങളുടെ ചുമടും എടുക്കുമായിരുന്നു.

അക്കാലം വരെയും അഴുകിയ വസ്ത്രങ്ങൾ മാത്രം വഹിച്ചിരുന്ന ഒന്നാമത്തെ കഴുതയ്ക്ക് ഭക്ഷ്യധാന്യങ്ങൾ ലഭിച്ചതോടെ സന്തോഷമായി. പഴയ തുണിക്കെട്ടുകളെക്കാൾ എത്രയോ മെച്ചമാണല്ലോ ഗോതമ്പുചാക്കുകൾ.

എന്നാൽ വില കൂടിയ നാണയങ്ങളുമായി നടക്കുന്ന രണ്ടാമന്റെ ചിന്ത മറ്റൊന്നായിരുന്നു. തന്റെ ചങ്ങാതി ഒരു പൊൻ നാണയം പോലും വിലയില്ലാത്ത ഗോതമ്പാണ് വഹിക്കുന്നത്. തനിക്കാണെങ്കിൽ ഒരു ഗ്രാമം മുഴുവൻ വിലയ്ക്കു വാങ്ങാനുള്ള പണമുണ്ട്. അപ്പോൾ താൻ ആ അധമനെക്കാൾ എത്രയോ മെച്ചം.

രണ്ടാമനോട് തന്റെ അഹന്ത വെടിയാൻ ഒന്നാമൻ കഴുത എന്നും ഉപദേശിക്കുമായിരുന്നു. അന്യന്റെ സമ്പത്തു കണ്ട് നാം അഹങ്കരിക്കരുത്. അത് ആപത്തിനു വഴിവെക്കും, ഒന്നാമൻ പറയുമായിരുന്നു. പക്ഷേ അതൊന്നും അപരൻ ഗൗനിച്ചിരുന്നില്ല.

ഒരു ദിവസം വ്യാപാരി കഴുതകളുമായി അടുത്ത നഗരത്തിലേക്കു പോവുകയായിരുന്നു. പതിവുപോലെ ഗോതമ്പും സ്വർണ്ണവും വഹിച്ചാണ് അവ നടക്കുന്നത്. വഴിയിൽ ഒരു കൊടുംകാടുണ്ട്. അതാണെങ്കിൽ കൊള്ള സംഘങ്ങൾക്കു കുപ്രസിദ്ധവും.

വനമദ്ധ്യത്തിലെത്തിയപ്പോൾ വർത്തകൻ ഭയപ്പെട്ടതുതന്നെ സംഭവിച്ചു. സായുധരായ കുറേ ഭീകരന്മാർ പെട്ടെന്നു പ്രത്യക്ഷപ്പെട്ട് വ്യാപാരിയെ വളഞ്ഞുവെച്ചു പരിശോധിച്ചു. അപ്പോഴതാ ഒരു കഴുതപ്പുറത്ത് അമൂല്യ സമ്പത്ത്. അവർ ആ കഴുതയെ ഇടിച്ചും തൊഴിച്ചും ഉന്തിയും കാടിനുള്ളിലേക്ക് വലിച്ചിഴച്ചുകൊണ്ടുപോയി. ഇനി സ്വർണ്ണമൊക്കെ കൈക്കലാക്കി അവർ കഴുതയെ കൊക്കയിലേക്കെറിഞ്ഞ് കൊല്ലും.

അതിനെല്ലാം കാരണം തന്റെ ചങ്ങാതിയായ രണ്ടാം കഴുതയായിരുന്നു, ഒന്നാമൻ സങ്കടത്തോടെ ഓർത്തു. താൻ പറയുന്നതു കേൾക്കാതെ അവൻ അഹങ്കാരത്തോടെ വഴിയിൽ മുഴുവൻ ഉച്ചത്തിൽ കരയുകയായിരുന്നു; സ്വന്തം മഹത്വം നാലു പേരെ കേൾപ്പിക്കാൻ. അതാണ് കള്ളക്കൂട്ടത്തെ ഇങ്ങോട്ടാകർഷിച്ചത്.

(ഫായിഡ്രസ്)

സലാം എലിക്കോട്ടിൽ

മലപ്പുറം ജില്ലയിലെ മങ്കടയിൽ ജനനം. കാലിക്കറ്റ്, കേരള, അലീഗഢ്, ഉസ്മാനിയ, മദിരാശി സർവ്വകലാശാലകളിൽ പഠനം. ഇംഗ്ലീഷ് സാഹിത്യം, പത്രപ്രവർത്തനം, മാനേജ്മെന്റ്, നിയമം എന്നീ വിഷയങ്ങളിൽ ബിരുദം, ബിരുദാനന്തരബിരുദം. പത്രപ്രവർത്തകൻ, അദ്ധ്യാപകൻ, ഉദ്യോഗസ്ഥൻ എന്നീ നിലകളിൽ പ്രവർത്തനം. കേന്ദ്ര അഭ്യന്തരം, വിദ്യാഭ്യാസം, വാർത്താവിനിമയം, തൊഴിൽ തുടങ്ങിയ മന്ത്രാലയങ്ങളിൽ ഡൽഹിയിലും വിവിധ സംസ്ഥാനങ്ങളിലും മുപ്പത്തിയഞ്ചു വർഷത്തെ സേവനം. കേരളത്തിൽ ദക്ഷിണ നാവിക കമാന്റ് ആസ്ഥാനത്ത് എസ്റ്റാബ്ലിഷ്മെന്റ് ഓഫീസറും സ്റ്റേറ്റ് ഇൻഷുറൻസ് കോർപ്പറേഷൻ ഡയറക്ടറുമായിരുന്നു. മലയാളത്തിലും ഇംഗ്ലീഷിലുമായി മുപ്പതിലധികം പുസ്തകങ്ങളും ആയിരത്തിലധികം ലേഖനങ്ങളും. ഇപ്പോൾ എഴുത്തും വായനയും പ്രഭാഷണവുമായി ജീവിതം.

ഗ്രീൻ ബുക്സ് പ്രസിദ്ധീകരിച്ച
ഗ്രന്ഥകർത്താവിന്റെ ഇതര കൃതികൾ

സ്നേഹസാരം കഥകൾ

മലബാർ കഥകൾ